आपल्या स्नेहीजनांना पुस्तके भेट द्या

सापशिडी

स्वाती चांदोरकर

मेहता पब्लिशिंग हाऊस

Please contact us at **Mehta Publishing House Pvt. Ltd.,** Pune 411030.
✆ +91 020-24476924 / 24460313 / Mob. No. 9545000513
Email : production@mehtapublishinghouse.com
Website : www.mehtapublishinghouse.com

SAAPSHIDI by SWATI CHANDORKAR
सापशिडी : स्वाती चांदोरकर / कथासंग्रह

author@mehtapublishinghouse.com

संस्थापक : सुनील अनिल मेहता

प्रकाशक : मेहता पब्लिशिंग हाऊस प्रा. लि.
१९४१, सदाशिव पेठ, माडीवाले कॉलनी, पुणे ४११०३०

मुद्रक : पार्कसन्स ग्राफिक्स

मुखपृष्ठ : चंद्रमोहन कुलकर्णी

प्रथमावृत्ती : डिसेंबर, २०२२

किंमत : ₹ २००

P Book ISBN 9788195944651
E Book ISBN 9788195944613
E Books available on : amazonkindle Apple Books Google Play Books

---

अर्पणपत्रिका म्हणजे काय असतं?

ज्या व्यक्तीबद्दल आपल्या मनात प्रेमभावना, मैत्रीची भावना असते, ज्या व्यक्तीमुळे आपल्या जीवनात काही सकारात्मक बदल होतात अशा व्यक्तीबद्दल कृतज्ञता व्यक्त करायची एक संधी म्हणजे अर्पणपत्रिका. आणि अशा व्यक्तीला आपण वस्तू देऊ तर त्या वस्तूची निर्मिती कुणी इतरांनी केलेली असते, मिठाई देऊ तरी ती दीर्घ काळ टिकणारी गोष्ट नाही. काही स्वनिर्मित असेल तर त्याचं मोल या गोष्टींपेक्षा खचितच जास्त. म्हणून हे स्वलिखित लिखाण अर्पण करण्यात खरी व्यक्तता अनुभवता येते. मी हे लिखाण माझ्या मुलांना, मृण्मयी आणि मैत्रेय यांना अर्पण करत आहे. प्रेम, मैत्री आणि माझ्यातले सकारात्मक बदल या दोघांमुळे आहेत.

मनू, मैतूली तुम्हाला अनेकानेक शुभेच्छा!

– आई

अनुक्रमणिका

अपने धर्म पर चलो

रिटायर झालो आणि आता वेळच वेळ होता. इतका मोकळा वेळ की या वेळेचं करायचं काय? रिटायर्ड होण्यापूर्वी ठरवलं होतं की यंव करू त्यंव करू; पण म्हणजे नक्की काय? व्यायाम! पहाटे उठावं, गरम गरम चहा घ्यावा आणि मॉर्निंग वॉकला जावं. झकास व्हाइट टी-शर्ट, कॉलर असलेला, व्हाइट शॉर्ट्स, त्याला अर्धी चड्डी अथवा हाफ पॅन्ट असं म्हणायचं नाही. गावठी वाटतं. तर परिधान करायची. नाइकी अथवा आदिदासचे शूज घालायचे आणि ऐटीत बाहेर पडायचं. जेव्हा नोकरी करत होतो तेव्हा असे ऐटीत चालणारे बघितले होते. तेव्हा मनात विचार करून ठेवला होता की आपणसुद्धा... फक्त रिटायर्ड होण्याची वाट बघत होतो.

रिटायर्ड झालो आणि पहिले पंधरा दिवस फक्त आराम करण्यात घालवले. पेपर वाचत बसायचं. खायचं, जेवायचं, वामकुक्षी घ्यायची, पुन्हा चहा-नाश्ता, मग टीव्ही आणि मग रात्रीचं भोजन की गुड नाइट; पण याला काही अर्थ नव्हता. जाम बोअर झालं पंधरा दिवसांतच. आता ठरवलं की ऐटीत मॉर्निंग वॉक सुरू करू. फर्मान काढलं...

"बायको, आपण दोघांनी रोज सकाळी वॉकला जायचं आहे उद्यापासून. मी असे असे कपडे घालणार आहे आणि तूसुद्धा..."

"मी?"

"अगं, म्हणजे मस्तपैकी .. त्या बायका व्यायाम करताना घालतात ना, तसे कपडे... हे बघ या app वर दाखवलं आहे... असे कपडे घेऊ तुझ्यासाठी. आजच जाऊ शॉपिंगला. हसत्येस काय?"

"तर काय?"

"का गं? म्हणजे तू काही फारशी जाड नाहीस; पण फिट राहण्यासाठी वॉक घ्यायचा. बारीक होण्यासाठी नाही."

"साहेब, रिटायर्ड तुम्ही झाला आहात. मी नाही. आमची नोकरी अजून चालूच आहे. आणि या नोकरीत मेल्याशिवाय रिटायरमेन्ट नाही."

"काय बोलत्येस?"

"खरं तेच सांगते आहे. मी जर बाहेर पडले तर सकाळचा गप्पूचा डबा कोण तयार करणार? त्याचा चहा, नाश्ता कोण करणार? तुम्ही जा. आम्ही बघतो आमचं."

नाईलाज होता. मी निघालो. प्रथम सर्व सामानाची जुळवाजुळव केली. खरेदी करून आलो. छोटे नॅपकिन्ससुद्धा न विसरता खरेदी केले. घाम येणारच ना. दोन दिवस त्यातच गेले. तिसऱ्या दिवशी पहाटे जाग आली नाही. घरात चेष्टा सुरू झाली तसा चिडलो. मनातल्या मनात. मग मात्र ठरवलं, काहीही झालं तरी उद्या पहाटे बाहेर पडायचं आणि जायचं. दाखवून देईन सर्वांना. आदल्या रात्री आईला सांगितलं तशी तिने फक्त मान वळवली. आज चार वर्षं झाली, आई अंथरुणाला खिळून आहे. बायको, पोरगा सर्वकाही करतात तिचं. कुठे चिडचिड नाही, राग नाही.

पहाटे गजर वाजला तशी जाग आली. जय्यत तयारी केली आणि बाहेर पडलो. हलकं उजाडत होतं. हवेत चांगला गारवा होता. मुंबई स्वच्छ भासत होती. प्रदूषण जाणवत नव्हतं. ही अशी मुंबई बघायची असेल तर याच वेळी बघावी. एकदा का दिवस सुरू झाला की हिचं चित्र पार बदलून जातं.

नाना-नानी पार्क! पार्कला लागून वॉकिंग ट्रॅक आहे. त्यावरून काही जण चालत होते. कुणी क्लॉकवाइज फेऱ्या मारत होते तर कुणी ॲन्टी क्लॉकवाइज. जे यंग होते ते पळत होते. इतक्या सकाळी पण इथे तशी बरीच गर्दी वाटत होती. प्रत्येकाची स्वत:ची चाल, स्वत:ची गती, वेग. मी माझी गती घेऊन त्यांच्यात सामील झालो. पंधरा ते वीस मिनिटं जेमतेम चाललो असेन आणि मला या प्रदक्षिणा घालायचा कंटाळा आला. विनाकारण हे गोल गोल काय फिरत बसायचं? मी काय भिंगरी आहे? एक बाक दिसला रिकामा तशी तिथे गेलो. दवाने ओला झाला होता तरी मारली बैठक.

दूरवर एक पोरगा काहीतरी विकत असताना दिसला. जसजसा तो जवळ येऊ लागला, त्याच्या हातातला पेपरांचा ढीग दिसला. तो अधिक जवळ आला.

"पेपर साहेब?"

"लोकमत आहे?"

"आहे ना."

तितक्यात तो बाकासमोरून जाणाऱ्या माणसाशी कुठल्यातरी भाषेत बोलला. त्याने काहीतरी नाव घेतलं, तशी त्याने त्या गठ्ठ्यातून एक पेपर काढला, त्याची घडी करून त्याच्या हातात ठेवली. पुन्हा असंच झालं.

"तू कोणत्या भाषा बोलत होतास?"

"कानडी आणि मल्याळम."

"तुला तो माणूस मल्याळी आहे हे कसं समजलं? आणि माझ्याशी तू सरळ मराठीत कसं बोललास?"

"चेहरा सांगतो ना साहेब."

"या बागेत आत्ता कितीतरी लोक आहेत. तू त्यांचे चेहरे बघून ते कोणत्या जातीचे आहेत हे सांगू शकतोस?"

"हो, त्यात काय? ते पलीकडे आहेत ते गुजराती आहेत, त्यांच्या बरोबर जे आहेत ते मारवाडी आहेत. आणि अगदी शेवटच्या बाकावर आहेत ते पारशी."

"हे लोक इथे रोज येतात?"

"कुणी रोज येणारे आहेत, तर कुणी नवखे. जसे आज तुम्ही आलात, तसे."

"मी मराठी आहे हेसुद्धा तुला माझ्या चेहऱ्याकडे बघून समजलं?"

"होय."

"कसं रे?"

"लकब असते साहेब. प्रत्येक जातीची एक लकब असते. सरावाने जमतं. त्यात काही कठीण नाही."

"हुशार आहेस."

"धन्यवाद साहेब. येऊ का? अजून बराच गठ्ठा शिल्लक आहे."

मी त्याला हो म्हणणार तितक्यात माझ्याच वयाचा एक माणूस माझ्या शेजारी येऊन बसला.

"तू कसो आसा?"

"बरा आसा."

"खंचो पेपर दिऊ पासो?"

त्या दोघांचं बोलणं होत राहिलं. त्या पोराने पैसे घेतले आणि तो निघून गेला. शेजाऱ्याकडे बघून मी हसलो. तोही हसला.

"रोज घेता पेपर?"

"हो. ठरूनच गेलं आहे. दोन चकरा मारायच्या. इथे बसायचं. अथवा जिथे जागा असेल तिथे बसायचं. हा येतो शोधत शोधत."

"हुशार आहे पोरगा."

"अहो, याच्याबद्दलच काही दिवसांपूर्वी पेपरमध्ये छापून आलं होतं. याला खूप भाषा येतात आणि गंमत म्हणजे त्या त्याला सहजी येतात. न शिकता. तुम्ही जे काही बोलाल ते तो ऐकत राहतो, तुमच्या हावभावावरून कयास बांधतो. हळूहळू शब्द त्याच्या लक्षात राहतात आणि तो न घाबरता त्या व्यक्तीशी त्या व्यक्तीच्या भाषेत बोलायला सुरुवात करतो. चुकला तर ती व्यक्ती त्याला कौतुकाने दुरुस्त करते. एकपाठी आहे तो. गेले दीड वर्ष बघतो आहे त्याला."

"कमाल. आणि इथे आपल्या मुलांना दुसरी भाषा शिकायची असेल तर लाखाने किंमत मोजावी लागते."

"तुम्हाला आजच बघतो आहे. काय आहे की रोज रोज येऊन चेहरे ओळखीचे झालेले आहेत."

"मी आजच आलो प्रथम. रिटायर झालो आहे काही दिवसांपूर्वी. काही दिवस घरातच होतो. म्हटलं, काही खरं नाही. निदान सकाळी तरी फिरून यायला हवं. निदान सकाळ तरी काही करण्यात जाईल. दिवसाचं गणित नंतर सोडवू."

"उत्तम. मीही रिटायर्ड आहे; पण मी आधीच ठरवून ठेवलं होतं, रिटायर्ड लाइफ कसं घालवेन याचा अभ्यास केला होता. त्याप्रमाणे वागतो. टाइमटेबल बनवलं आहे चक्क. आणि ते मी नियमित पाळतो आहे. सी, मॅनेजमेंट इज मस्ट इन लाइफ."

"खरं आहे."

"ओ के. आता माझी ज्यूस प्यायची वेळ झालेली आहे."

"ज्यूस?"

"बागेच्या टोकाला एक ज्यूसवाला आहे. सगळे आयुर्वेदिक ज्यूस असतात त्याच्याकडे. गुड फॉर हेल्थ. कारल्याचा, गव्हाच्या पात्यांचा, गाजराचा, दुधी भोपळ्याचा असे अनेक ज्यूस असतात त्याच्याकडे. चला, तुम्हाला दाखवतो."

"चला... बाय द वे, आपलं नाव?"

"मला सगळे आबासाहेब म्हणतात. तुमचं नाव?"

"मला बाबासाहेब म्हणतात."

"अरे वा, छान, उत्तम."

तोंड कडू करून मी घरी आलो. कधी एकदा ती कारल्याची चव घालवतो असं झालं होतं. हा काय ज्यूस आहे?

"बायको, चहा टाक लगेच."

"तयार आहे. अहो, जरा हळू... गरम आहे. काय झालं? इतकी भूक लागली आहे? बिस्कीट आणू?"

'नको. त्या आबासाहेबांनी जबरदस्तीने कारल्याचा ज्यूस प्यायला लावला. रक्त शुद्ध करा... असं म्हणाले. त्यांना कुणी सांगितलं की माझं रक्त अशुद्ध आहे म्हणून? उगाच आपलं."

"कोण आबासाहेब?"

"आहेत एक, बाकी मला काही माहीत नाही त्यांच्याबद्दल. रोज येतात

बागेत वॉकला. मी त्यांना नाव विचारलं तर म्हणाले, आबासाहेब... मग मीही ठोकून दिलं... मला सगळे बाबासाहेब म्हणतात...''

''काहीतरीच काय?''

''मी गप्पूचा बाबा नाही? ऑफिसमध्ये मला सगळे साहेब नव्हते म्हणत? मग? हम भी कुछ कम नही। आणि हो, उद्या जाताना मला पन्नास रुपये दे. काय लाज वाटली आज. साधे पन्नास रुपये नसावेत खिशात?''

''पन्नास रुपयांचा ज्यूस घेतलात?''

''नाही गं, तो होता दहा रुपयांचा; पण त्यांच्याबरोबर अजून चार जण होते ना.''

''परवडणार नाही हं तुमचा हा मॉर्निंग वॉक. सांगून ठेवते.''

''काय परिस्थिती आली आहे! हा असाही दिवस दिसावा? नोकरी करत होतो तेव्हा हॉटेलात हजार हजार रुपयांचं बिल भरलं आहे मी. आणि आज केवळ पन्नास...''

''आई वाट बघत आहेत केव्हापासून. विचारत आहेत, बबन्या आला नाही का अजून? आणि पेपर? तो कशाला अजून? दोन दोन वर्तमानपत्रं येतात रोजची. तुम्ही तर साधी घडीही मोडत नाही आणि त्यात आता अजून एक.''

''दोन रुपयांसाठी रडू नकोस. मजाच झाली आज. एक पोरगा असतो तिथे पेपर विकत. तो ना कमालीचा हुशार आहे. माणसाच्या चेहऱ्याच्या ठेवणीवरून तो माणूस कुठल्या जातीचा आहे हे ओळखतो.''

''खरंच?''

''हो. आणि त्या माणसाला त्याच्या भाषेचं वर्तमानपत्र काढून देतो, त्याने न सांगता. कमाल आहे ना?''

''आहे कमाल. आता जरा तुम्ही पण कमाल करा. आई वाट बघत आहेत, तर त्यांना भेटा जाऊन. काय पण एक एक. तुम्हाला पण असंच त्याने ओळखलं आणि मराठी पेपर काढून दिला. लगेच तुम्ही त्याला दोन रुपये देऊन मोकळे झालात. म्हणजे ज्यूस आणि शिवाय हा पेपर. बारा रुपये रोजचे. कमीत कमी.''

''कर, तू हिशेबच करत राहा. जरा काही कौतुक म्हणून नाही. काही वेगळं सांगतो आहे, इंटरेस्ट घेऊन ऐकायचं तर ते नाही.''

''असा काटकसरीने संसार केला म्हणून हा ब्लॉक घेऊ शकलो, हे विसरू नका.''

''माहीत आहे. एक तो पोरगा, काहीही न शिकवता सर्व भाषा बोलतो, अस्खलित आणि इथे त्याचं काही कौतुक नाही.''

''मी काय करू सर्व भाषा शिकून? किंवा कौतुक करून? आई काय

सांगायचा प्रयत्न करत आहेत हे त्या न बोलता मला समजतं, ही भाषा मला पुरेशी आहे. बघा, तुम्हाला ती तरी भाषा न शिकवता येते आहे का..."

"टोमणे बास झाले. जातो."

बायको म्हणजे अगदी अरसिक. जरा पण प्रगल्भ व्हायला नको. बाबासाहेब, तुम्ही मोठमोठे शब्द वापरायला लागलात. होय, वापरावे लागतीलच. त्या आबासाहेबांची मिजास नको. काय? बरोबर ना?

"आई, काय झालं?"

"ऊं... ऊं... ऊऊ?"

"काय म्हणालीस?"

"ऊं ऊं ऊऊ?"

"बायको..."

"आले... काय झालं?

"आई काहीतरी विचारते आहे."

"काय आई?"

"ऊं ऊं ऊऊ?"

"त्या विचारत आहेत की कुठे जाऊन आलात तुम्ही?"

"असं होय... बागेत गेलो होतो. वॉकला."

"ऊउऊ?"

"आता काय म्हणाली?"

"त्या तुमच्या पोराला विचारा... त्याला येतात ना सर्व भाषा?"

"सांगतेस का?"

"विचारत आहेत की कशी आहे बाग?"

"छान आहे. नाना-नानी पार्क असं नाव आहे."

"ऊं."

"छान... असं म्हणाल्या."

बाप रे, नाही जमत हिची भाषा आपल्याला. काय कमाल आहे. ज्या आईने मला अ आ शिकवलं तिची भाषा आज मला येत नाही. प्रगल्भ कोण आहे? मी, तो पोरगा की माझी बायको?

गप्पूला माझ्याशी बोलायला वेळ नाही. काल-परवापर्यंत मलाही वेळ नव्हता कुणाशी बोलायला. या मुंबईत घरातल्या लोकांशी बोलायला वेळ मिळतो कुठे? तरी गप्पूला सांगायला हवं. या वयात त्याचं पोट किती वाढलं आहे. एकाच जागी दिवसभर बसून राहायचं. कॉम्प्युटरमध्ये डोकं घालून बसायचं. या वयात इतकं

मोठं पोट! लग्न तरी कोण करेल याच्याशी? ते काही नाही, त्याने रोज सकाळी माझ्या बरोबर फिरायला आलं पाहिजे. रात्री लोळत सिनेमा बघत राहायचं हे बंद व्हायला हवं.

"गप्पू, तू उद्यापासून माझ्या बरोबर वॉकला येणार आहेस. पहाटे उठवीन तुला."

"बाबा, हा वॉक वगैरे वीस-पंचवीस दिवसांचं नाटक असतं. पुढे तुम्ही पण जाणार नाही, लिहून देतो. तुमचं नाटक आत्ताच सुरू झालं आहे... बघतो ना किती दिवस..."

बायको हसू लागली. आता माझा पारा चढणार, इतक्यात ती म्हणाली...

"गप्पू पण वॉकला जाऊ लागला तर आईंचं कोण करणार? मी तर जेवणात बिझी. तुम्ही वॉकला. त्यांचं आवरणार कोण? आणि तुम्हाला त्यांचं काही करायची सवयच नाही. गप्पू मनापासून करतो त्यांचं, हेच खूप आहे. आजकालची मुलं बघा. सरळ आश्रमात टाकून देतात म्हाताऱ्यांना. आणि त्यात जर त्यांना पॅरेलिसिस झाला असेल तर बघायलाच नको. आपला गप्पू तसा नाही. सर्वकाही करतो त्यांचं. घाण न वाटून घेता. असू दे. तुम्ही तुमचं चालू ठेवा चालणं. मला पण जरा सकाळची गडबड असते. तुम्ही घरात असलात की शंभर वेळा हाक मारत राहता आणि माझी कामं खोळंबतात."

"मी घरी..."

"नको. जा तुम्ही. आम्ही आमचं नीट करतो आहोत सर्व. छान घडी बसली आहे."

गप्पू लोळत सिनेमा बघत राहिला आणि बायको सकाळी करायची भाजी निवडत सिनेमा बघत बसली. मी तिथे असून नसल्यासारखा.

"काय म्हणतोय पेपर?"

"नेहमीचंच. अपघात, बलात्कार, कुणी हरवलं आहे, प्रथम, द्वितीय स्मृती दिन... आणि बघा, काय लिहितात... असा एकही दिवस गेला नाही की आम्हाला तुझी आठवण आली नाही. ...प्रत्येक भावना जगजाहीर का करावी लागते?"

मी गप्प झालो. काल बायको जे म्हणाली ते आठवू लागलो. ते दोघं मिळून माझ्या आईची सेवा करतात, काहीही तक्रार नसते. पेपरमध्ये प्रचार नाही करत. कणव गोळा करत नाहीत. हसतमुख असतात दोघे, बायको आणि गप्पू, आणि आईसुद्धा.

"ही बघा, ही हरवली आहे."

"बघू, किती छान आहे मुलगी. हरवली कशी काय?"

"बाबासाहेब, हे मला कसं माहीत असणार?"

"तेही खरंच." आपण किती उपद्रवी प्रश्न अगदी सहजी विचारून जातो.

"बाबासाहेब, तुम्ही दिवसभर काय करता?"

"खास काही नाही. सोसायटीत मित्र आहेत, त्यांच्याबरोबर संध्याकाळ जाते. दुपारी वाचन, बातम्या बघणं... आई आहे घरात. तिच्याबरोबर थोडा वेळ..."

मी असं म्हणालो आणि मनातल्या मनात खजील झालो. मी कुठे आईसाठी वेळ दिला कधी?

"आमचा एक क्लब आहे. तुम्ही जॉइन व्हा."

"कुठे?"

"या आमच्या सोसायटीत. एकदा येऊन तर बघा."

"येतो."

चला, संध्याकाळ कशी घालवायची, याची चिंता गेली. ती वेळ फार कठीण असते. आणि जेव्हा आपल्या जीवनाची संध्याकाळ झाली आहे तेव्हा तर फारच. काही सुचत नाही. वेळ जाता जात नाही. नव्याने काही करावं अशी ऊर्मी नाही.

घरी पोचलो आणि फर्मान सोडलं. संध्याकाळी चार वाजता चहा हवा. मग मला क्लबवर जायचं आहे. पाच वाजता पोचलंच पाहिजे.

"बरं झालं. येताना भाज्या घेऊन या."

"भाज्या? म्हणजे हातात पिशवी? पिशवी घेऊन कुणी क्लबवर जातं का? गावठी बाबासाहेब वाटेन मी सर्वांना. नंतर आणेन आल्यावर."

"हो! जाताय नंतर... राहू दे. मी गप्पूला सांगेन. त्याला काही नाही वाटत लाजबीज. आईंना घरी एकटं ठेवून जाता येत नाही न मला."

"मी नोकरी करत असताना सर्वकाही होत होतं ना? आता रिटायर झालो आहे तर गृहीत धरायचं नाही हं मला."

"क्लब कुठला आहे हा?"

"आबासाहेबांच्या सोसायटीत."

"काय करतात तरी काय तुमचे आबासाहेब?"

"कळेल आता हळूहळू."

वुई क्लब. दहा मेम्बर्स. नाव तर मस्त आहे. प्रत्येकाने एक एक वर्तमानपत्र आणलं होतं. आजचा विषय होता, आपण यांना पाहिलंत का? सर्व पेपर्समधून

हरवलेल्या मुला-मुलींची आणि प्रौढांची संख्या पंधरा होती. पंधरा जण हरवतात? म्हणजे पंधरा कुटुंबं चिंतेत असणार.

"तर आपल्यापैकी प्रत्येकाने एक एक एरिया घ्यायचा. त्या त्या एरियातल्या बागा, हॉस्पिटल्स, हॉटेल्स, स्टेशन्स, शोध घ्यायचा यांचा. क्काय? नामी आहे ना कल्पना?"

"हरकत नाही; पण पोलीस आहेत ना. आणि तक्रार तर केली असणारच. म्हणून तर त्यांचे फोटो आले आहेत पत्रात."

"आपण आपल्याकडून प्रयत्न करायचा."

"त्याने काय होणार आहे? आणि या वयात असं वणवण फिरणं जमणार आहे का? शिवाय जाण्या-येण्याचा खर्च होईल तो निराळाच."

"बाबासाहेब, ही समाजसेवा आहे. थोडा होईल खर्च. आपण देणं लागतो समाजाचं. आणि यातली एकतरी व्यक्ती सापडली तर जे काही बक्षीस जाहीर केलेलं आहे ते मिळेलच ना?"

"पण जर कुणी ठरवून स्वत:ला हरवून घेतलं असेल तर? संसाराची कटकट नको म्हणून?"

"या मुलांचं काय? त्यांना संसार म्हणजे काय हे माहीतही नाही. पळवली असतील."

"मग तर फार भयानक आहे. कोण त्या गुंडांच्या नादी लागणार?"

"खरं आहे तुमचं म्हणणं; पण त्याचं काय आहे की या वयात कुठेतरी गुंतायला हवं. रिकामं बसणं म्हणजे घरच्यांना नकोसं होणं. काही तास आपण बाहेर आहोत तर त्यांना मोकळीक. आणि घरात बसून बसून आपणसुद्धा कंटाळतो ना? ध्येय नाही कुठलं आता. काही मिळवायचं नाही. जीव आहे म्हणून जगतो आहोत अशी अवस्था होऊ नये आपली. म्हणून काहीतरी शोधून काढायचं आणि स्वत:ला बिझी ठेवायचं. आणि हे काहीतरी जर समाजासाठी उपयुक्त ठरलं तर मग आपल्याला जे समाधान लाभेल त्याला तोड नाही. हरवलेली व्यक्ती मिळेलच असा अट्टहास नाहीच आहे; पण त्या कारणाने आपण समाज म्हणजे नक्की काय हे जवळून बघू शकू. हॉस्पिटलमध्ये कुणी आजारी पडल्याशिवाय जाईल का?"

"नाही."

"आजारी माणसं बघा, म्हणजे आपण किती नशीबवान आहोत याचा साक्षात्कार होईल."

"ठीक आहे."

"आणि उद्या नाटकाला जायचं नक्की केलं आहे ना सर्वांनी? तिकिट्स

सांगायची आहेत मला.''

"हो. मी तर घरी सांगितलं आहे.''

"आम्ही पण.''

"ठीक.''

"काय बाबासाहेब? कसं वाटतंय?''

"छान.''

"अरे हो, तुमची ओळख करून देतो. हे बाबासाहेब. बागेत भेटले. तेही आता आपल्या क्लबचे मेम्बर आहेत.''

"नमस्कार...''

"तर कोण कुठला एरिया घेतंय?''

वाटणी झाली. आणि मी मोकळाच राहिलो.

"बाबासाहेब, तुम्ही माझ्याबरोबर या. आपण दोघं शोध घेऊ.''

"चालेल.''

"ठरलं तर. उद्या सकाळी दहा वाजता सुरू करू. ज्याला जितका वेळ जमेल तितका वेळ त्याने द्यावा.''

घरी आलो तर गप्पू नुकताच आलेला होता.

"कुठे होतात बाबा?''

"वुई क्लब जॉइन केला आहे. बरं, उद्या मी सकाळी दहा वाजता बाहेर जाणार आहे.''

आणि मग मी सर्व योजना सांगितली.

"काहीही करत असता. बावळटपणा आहे नुसता. असा शोध कधी लागतो होय? उगाच वणवण करायची म्हणजे काय?''

"बाबा, काही जाऊ नका. ते तुमचे आबासाहेब जरा चक्रम वाटतात. त्यापेक्षा शांत घरात बसा. आईला मदत करा. तिच्याकडे बघा.''

"तिच्याकडे मी रोज बघत असतो.''

"आई म्हणजे माझी आई नाही. तुमची आई, तिच्या सोबत बसा. तिचा मुलगा हरवला आहे कधीपासून.''

"काय बोलतो आहेस... समजत नाही तुला?''

"साठी आली की व्यक्ती अशी का विचित्र वागू लागते गं आई? बाप रे, तू नाही ना असं काही करणार?''

"गप्पू, रिटायर्ड माणसं अशी वागतात. आणि मी कधी रिटायर होणारच नाही. तुम्ही मला रिटायर होऊन देणारच नाही. अजून तुझं लग्न, मग तुझी पोरं,

यांचं करता करता शेवट होईल माझा. समाजाला काय बघू? कधी बघू? जा तुम्ही. तितकीच शांतता घरात. नाहीतर सारखं हाक मारणं... बायको... बायको...''

''हेच, हेच मला पटत नाही. अशी काय कामं सांगतो गं तुला? कधी चहा मागेन... इतकंच.''

''राहू दे.''

''आणि आईकडे मी बघत नाही होय? रोज विचारतो तिला, बरी आहेस ना?''

''खोलीच्या दारात उभं राहून.''

''आता ती बाईमाणूस.''

''का? गप्पू काय मुलगी आहे? पण करतो ना त्यांचं सर्व?''

''विषय काय आणि तुम्ही बोलता काय...''

''बाबा, जा तुम्ही. विषय संपला.''

आबासाहेबांची गाडी झकास होती. आरामात मागच्या सीटवर रेललो. पंधरा जण जे हरवले होते त्यांच्या फोटोंच्या कॉपीज काढलेल्या होत्या. ही शोधमोहीम निदान आठवडाभर राबवायची असं ठरलं.

आम्ही मोठ्या उत्साहाने निघालो. जणू ते सर्वच्या सर्व आमची वाट बघत एकाच ठिकाणी उभे होते. आणि आम्ही त्यांना शोधून त्यांच्या त्यांच्या घरी पोचवणार होतो.

दिवसभर भ्रमंती चालू होती. बागेत मुलं, बाप्ये, आया किती जण होते. माणूस बघायचा, फोटो बघायचे आणि पुढे जायचं. कितीतरी माणसं रिकामटेकडी आहेत हे पहिल्यांदाच समजलं. त्यांना घर तरी आहे का? दिवसभर बागेतच बसून असतात की काय? फुकटात निवांत बसायला मिळतंय तर मग कुणी का कुठे जाईल? बाग बंद झाल्यावर काय करत असतील? तिथेच काहीतरी खात होते आणि रिकामी पुडकी तिथेच फेकून देत होते. मारे सरकार स्वच्छता अभियान राबवत आहे. काही उपयोग नाही. कुणी झाडाखाली सावलीत झोपलेलं आहे. तर कुणाची आदल्या रात्रीची उतरलेली नाहीये. नक्की कोण हरवलं आहे? इतक्या वर्षांत या बागेला ऑफिसात जाताना रोज वळसा घालून जात होतो तेव्हा कसं कुणी नजरेत आलं नाही? हरवलेल्या माणसांना शोधण्यापेक्षा जी माणसं हरवलेली नाहीत पण त्यांचं काहीतरी हरवलं आहे ते शोधून द्यायला हवं असं उगीच वाटून गेलं.

दिवस तसाच गेला. कुणाला कुणी सापडलं नव्हतं. वुई क्लब आपापल्या घरी गेला.

"आई, बाबांचं काय चाललं आहे?"

"काही विचारू नकोस. चाललंय आपलं काहीतरी, जीव रमवतात स्वत:चा. तिथे क्लबमध्ये महत्त्व प्राप्त होतं. त्याचं काय ना गप्पू, आयुष्यभर साहेब साहेब म्हणून हाकारलं गेलं आणि मग एके दिवशी अचानक ते साहेबपण संपलं. घरात आपण का त्यांना साहेब म्हणणार आहोत? त्यांना थोडं महत्त्व हवं आहे. त्यांचं असणं किती महत्त्वाचं आहे हे त्यांना सांगणारं कुणी हवं आहे आणि तेही बाहेरच्या माणसाने. तू लक्ष देऊ नकोस. जातील हे दिवस."

"अगं पण... बागेत वाकवाकून प्रत्येकाला बघत फिरायचं... त्यात त्या खालच्या जातीतल्या बायका पण... नशीब, कुणी मारायला आलं नाही त्यांना."

"समाजकार्य चालू आहे. जाईल हे खूळ डोक्यातून. सोडून दे. बरं, आज्जीचा डायपर बदलायचा आहे."

"चल."

पुन्हा तीच आलिशान गाडी... रहदारी म्हणजे वेड आहे फक्त. लोकांकडे मुबलक पैसा आहे. कंपन्या नवीन नवीन मॉडेल्स बाजारात आणत आहेत. लोकांना भुरळ पडते आहे. एक स्पर्धा चालू आहे. माझ्याकडे अमुक मेकची गाडी, तुझी? माझी मर्सिडीज... बँका कर्ज देत जातात, पेढे वाटावेत इतक्या सहजी. प्रत्येक गोष्ट हप्त्यावर. तारुण्य पण हप्त्यावर? घ्या मग. सगळेच तरुण. ययातीसारखे. किती हे आवाज... काचा बंद आहेत तरी आत आत जात आहेत. पोलिसांनी तरी काय करावं? किती पण राबले तरी... आणि पुन्हा त्यांना शिव्यांचा हार. पैसे खातात म्हणून शिव्या. कायदा आपण पाळायचा नाही आणि त्यांना मात्र... चोराच्या उलट्या बोंबा. ट्रॅफिक मोकळा करायचा म्हणजे पिंजून पिंजून जशी कापसातली गाठ सोडवली जाते तसा तो पिंजायचा. मग नेमकी गाठ कुठे आहे हे समजतं. शेवटी आबासाहेबांच्या गाडीतून उतरलो. त्यांना सांगितलं, चालतच जातो. लवकर पोचेन.

प्रत्येक गाडीला वळसा घालत नागमोडी चालत मूळ गाठीपर्यंत पोचलो. त्या पोलिसाची दशा बघून कणव आली. आयुष्यात पहिल्यांदाच. शिट्टी फुंकून फुंकून त्याला धाप लागलेली होती. अरेच्चा! पण पोलीस तर नाहीच आहे. मग शिट्टी कोण वाजवतो आहे? आणि तेवढ्यात पाठमोरा तो समोर आला. शिट्टी वाजवणारा. राखाडी रंगाची पॅन्ट, पिवळा पडत चाललेला पांढरा शर्ट. गळ्यात एक टिफिन बॅग, दुसऱ्या खांद्यावर ऑफिसची बॅग, तोंडात शिट्टी. मी कसातरी त्याच्यापर्यंत पोचलो.

"काय गुंता आहे ना? तुम्ही कोण?"

"बोलायचं कशाला फक्त? हा गुंता सोडवायला नको?"

"तुमची गाडी अडकली आहे का?"

"फुर्रर्र... पीछे लो, पीछे लो."

"गाडी अडकली असेल तरच हे काम करायचं का? अहो, माझी साधी सायकल पण नाहीये. मी बसने अथवा ट्रेनने अथवा पायी फिरणारा माणूस."

"मग?"

"मग काय? मी सोडवतो आहे हा गुंता."

"जवळपास राहता?"

"अबे हट, दिखता नहीं क्या?"

"अबे हट, दिखता नहीं क्या? साब बोला ना?"

"ए बाइकवाल्या, जास्त मिजास नको."

"जारे... और तुम कौन है? इसका चमचा?"

"यांना वाटतं त्यांच्याकडे बाइक आहे म्हणजे ते राजा. ही पोरं आहेत ना आजकालची... साहेब, तुम्ही जा."

"ओ शिट्टीवाले. तुम्ही समाजसेवा करत आहात ना? मलाही करू दे."

"तुमचं वय बघा साहेब. ही पोरं वयाचा मान वगैरे काही जाणत नाहीत. असू दे, अरे जा रे..."

"मी जिमखान्याजवळ राहतो."

"मग इथे काय करताय? जिमखाना तर चार-पाच किलोमीटर दूर आहे इथून."

"रोज करतो हे काम. जिथे असा गुंता असेल, पोलीस नसतील तिथे थांबतो. गुंता सोडवतो."

"कमाल आहे."

"इथेच असतो जास्तकरून. इथे फार प्रॉब्लेम आहे. हा नाका म्हणजे..."

"हो ना! मी पण कित्येकदा अडकलो आहे."

"तुमची गाडी आहे?"

"नाही हो... पण कुणाच्यातरी गाडीतून येताना..."

"अबे हट..."

मी या माणसाला कधी कसं बघितलं नाही? ऑफिसची गाडी उशीर झाला की सोडायला यायची. तेव्हा पण दिसला नाही. की माझंच लक्ष नव्हतं कधी?

"आई, तू बाबांना सांग हं आता."

"काय झालं?"

"नाक्यावर कुणाशीतरी भांडत होते. भर रस्त्यात. मारच खाल्ला असता."

"तुला कसं माहीत? आणि जर मार खाल्ला असता तर तू त्यांच्या मदतीला गेला नसतास?"

"काय साला प्रॉब्लेम आहे! उगाच रिटायर झाले."

"गप्पू... तोंड सांभाळ."

"मी नाही बघितलं. बघितलं असतं तर त्यांना घरी घेऊन आलो असतो. शिऱ्याने बघितलं. आता तू मला सांग. आपल्याकडे गाडी आहे? नाही ना? मग जर ट्रॅफिक जॅम झाला तर त्यांना काय करायचं आहे? सरळ चालत घरी यावं ना?"

"गप्पू, अरे, नवीन नाही ना हे सर्व त्यांना, तूच विचार कर. सकाळी साडेआठच्या ठोक्याला बाहेर पडणारा माणूस, दिवसभर त्या कोंदट खोलीत फायलीच्या फायली उलथापालथ करत राहणार. संध्याकाळ झाली की ट्रेन पकडायची आणि सरळ घरी यायचं. तोपर्यंत वाजायचे साडेआठ-नऊ. हेच आयुष्य. मग मला सांग, या अशा गोष्टी त्यांनी कधी बघितल्या आहेत का रे? तुमचं आयुष्य वेगळं आहे. आता तर काय? वर्क फ्रॉम होम... ही पण पद्धत रुजत आहे. त्यांना यातलं काही माहीत नाही. आत्ता कुठे जग काय आहे हे बघायला सुरुवात केली आहे त्यांनी. सोडून दे. आणि पुन्हा सांगते, हे सर्व क्षणिक आहे. जसं आज्जीला सांभाळतोस तसं त्यांना पण सांभाळायचं, इतकंच. दोन लहान मुलं आहेत आता घरात. एक नव्वदीला आलेलं आणि एक साठी नुकतीच पार केलेलं."

"ठीक आहे; पण आई, तुझं काय? तू तशीच. सुट्टी नाही की बाग नाही, की..."

"आता रजा एकदाच..."

"पुरे. काही बोलू नकोस पुढे."

"मी मजेत आहे रे. खरंच."

सहा दिवस झाले, हरवलेले शोधतो आहे. मुळातले पंधरा तर नाहीच मिळाले, त्यात अजून सातांची भर पडली.

"आबासाहेब, उद्याचा दिवस शेवटचा दिवस."

"होय, ठरल्याप्रमाणे करायचं."

"पण काय हो आबासाहेब? बाकीचे, ज्यांना तुम्ही इतर भाग वाटून दिलेले आहेत, ते तरी नक्की शोध घेत आहेत का? नाही, म्हणजे अविश्वास नाही, पण सहज मनात आलं म्हणून..."

"बाबासाहेब, एक गोष्ट लक्षात ठेवा. कोण काय करतं आणि काय नाही, याची चिंता करायची नाही. आपण सांगण्याचं काम केलं. आता ज्याने त्याने ठरवावं. आता असं बघा, जे कुणी हरवलेले आहेत, ते आपल्या कुटुंबातले नाहीत; पण जर कुणी आपल्या कुटुंबातलं हरवलं तर तुम्ही गप्प बसाल का? पोलीस शोधतील, असं म्हणून शांत राहाल का? नाही ना? हरवलेली व्यक्ती आपल्या कुटुंबातली नाही, मान्य; पण कुणाच्यातरी कुटुंबातली आहे ना! आणि आपण कुणाला जाब विचारणार? ही काही नोकरी नाही. आणि आपण बॉस नाही. इथे कसलं बंधन नाही. बंधन आलं की ते तोडावं असं वाटतं. शिवाय प्रत्येक मेम्बर रिटायर झालेला. इतक्या वर्षांची बाहेर राहायची सवय एकदम सोडून देता येईल का? घरात बसलं की कुटुंब काही ना काही काम सांगत राहतं. ते काही जमत नाही; कारण इतकी वर्षं असली कामं करायची सवय नाही. कुटुंबाचा सहवास चार तासांचा. जागेपणीचा. उरलेले सर्व तास ऑफिसचे, प्रवासाचे आणि झोपण्याचे. मग सांगा, चोवीस तास कसं राहायचं कुटुंबाबरोबर? आणि कुटुंब तरी कसं राहणार आपल्याबरोबर? म्हणून जमतात सगळे. कामही करतात. तुम्हाला एक गंमत दाखवतो. तो बघा, त्या सिग्नलवर एक माणूस उभा आहे. वाचा त्याच्या हातातला बोर्ड...

'अपने धर्म पर चलो। सुख-शांती लाओ।"

"म्हणजे काय?"

"इथे जवळच इस्कॉन आहे. हा त्यांचा सभासद. त्याने संन्यास घेतलेला आहे. तो रोज सकाळी आणि संध्याकाळी इथे बोर्ड धरून उभा असतो. हसरा चेहरा. कुणी त्याच्याकडे बघतं कुणी नाही बघत. त्याला काही फरक पडत नाही."

"काय साध्य होतं यातून?"

"काय साध्य होतं? हे ज्याच्यात्याच्यावर अवलंबून आहे. आपल्या धर्मावर चाला."

"म्हणजे जो हिंदू आहे त्याने हिंदू धर्म पाळावा, जो मुसलमान आहे त्याने..."

"नाही नाही. तसं नाही. हा धर्म वेगळा आहे. ज्यात मर्म आहे तो धर्म आहे. मग त्याचा अर्थ कसाही घ्या. हिंदू धर्म पाळून जर सुख-शांती लाभत असेल तर तो पाळावा, मुसलमान धर्म जर सुख-शांती देत असेल तर तो धर्म... असं जर झालं तर मग सर्वत्र सुख-शांती होईल."

"कमाल आहे. उन्हापावसाची तमा न बाळगता हा मनुष्य असा उभा राहतो... आणि तेही हसऱ्या वदनाने... पोल्यूशन आहे, त्याची पण तमा नाही."

"हा त्याचा धर्म आहे. आणि जो स्वत:चा धर्म आनंदाने पाळतो त्याला त्याचा चेहरा प्रयत्नपूर्वक हसरा ठेवावा लागत नाही."

गाडी वळली. तो नजरेआड झाला.

"साब, अब कहाँ जाना है?"

"ये आखरी हॉस्पिटल, नासीर। फिर घर जायेंगे।"

"जी।"

"बाबासाहेब, तुम्ही आता गाडीतच बसा. मी बघून येतो. तुमची आज फार पायपीट झाली आहे."

दुखऱ्या गुडघ्यांची तमा न बाळगता आबासाहेब खाली उतरले.

"साब, आप ये जो ढूंढ रहे हो ना, मैं समझ सकता हूँ। मेरा भाई, थोडा पागल है। वह एक दिन खो गया। अल्ला जानता हैं, एक निवाला नहीं गया गले के अंदर। दिन-रात उसे खोज रहा था। पागल है। सोच सकता था के जान छूटी। लेकिन नहीं। दिन-रात एकही खयाल आता था, उसने क्या खाया होगा, कहाँ सोया होगा। लोग परेशान तो नहीं करते होंगे? फिर तीन दिन के बाद मिला। बहोत बुरी हालत थी उसकी। घर ले आया। दो दिन से भूखा था शायद। दो आदमी का खाना अकेलेने खाया। मेरी औरत भली हैं उसका खयाल रखती है। खाना, कपडा सब संभालती है। उसने भी कहा, खोजो। खोज लिया, घर लाया उसको। उसे कुछ खबर नहीं। वो तो आराम से था। फिर मैने उसके शर्ट पे मेरा नंबर लिख दिया। लिखा के अगर ये गुम हो रहा है और किसीको दिखाई दिये, इस नंबर पे फोन करना."

"फिर?"

"फिर क्या साब? उस दिन से नया झंझट शुरू हुआ। भाई जब भी बाहर जाता है, मुझे कोई ना कोई फोन करता है। तेरा भाई इधर है, ऐसे बताता है।"

"नासीर, बडा काम कर रहे हो।"

"बडा काहे का साब? भाई हैं मेरा। लेकिन लोग बडे अच्छे हैं। अब मुझे उसे बंद कमरेमें बंद करके नहीं रखना पडता। वह घूम सकता हैं जहाँ उसका जी चाहे। अब वो खोएगा नहीं।"

मी तडक घरी आलो. मला लवकर घरी आलेलं बघून बायको चकित झाली.

"चहा नाही केलेला. तब्येत बरी आहे ना? लवकर आलात?"

"चहा नको."

"सापडलं का कुणी?"

"हो. खूप जण सापडले."

"खरंच?"

"हो."

"किती छान. आणि आज योगायोग बघा. कधी नाही ते श्रीखंड केलं. चांगली बातमी मिळायची होती म्हणून असेल कदाचित."

घर निवांत झोपलेलं आहे. मी जागा आहे. बाल्कनीत बसलो आहे. एक एक प्रसंग अगदी या आठवड्याभरातले...

त्या दिवशी तो पोरगा म्हणाला बागेतला... वर्तमानपत्र विकणारा... तो अनाथ आहे. कामाठीपुऱ्यात राहतो. तसं काही नाही म्हणाला. म्हणाला की तिथे एक आहे. म्हातारी झालेली आहे आता. तिची सेवा करणारा कुणी नाही. तो तिची सेवा करतो आणि ती त्याला पैसे देते. ते पैसे तो कामाठीपुऱ्यातल्या रोग झालेल्या बायकांच्या औषधाला देतो. कमाल वाटली मला. ही रोजची दिसणारी माणसं; पण बघूनही न दिसलेली. आणि मी वेडा, एक आठवडा हरवलेल्या माणसांना शोधतोय.

ही बाल्कनी, हे घर घेताना सर्वांत आवडलेली गोष्ट. म्हणून तर हे घर घेतलं. वाटलं होतं की निवांत बसू इथे. कॉफी घेऊ. दिवसभरातल्या गोष्टी सांगू एकमेकांना; पण तसा प्रसंग कधी आलाच नाही. घरात आई-आप्पा, गप्पू... एकांत होताच कुठे? त्यात नोकरी आणि बायकोची अखंड चालू असलेली कामं. आत्ताही तिला कुठे सवड आहे? थकूनभागून आत्ता कुठे गादीला पाठ टेकली आहे तिने. आईचं करायचं तर किती बळ हवं, शारीरिक आणि मानसिक- सुद्धा.

हरवलेली माणसं नाही सापडली; पण जी हरवली नव्हती आणि तरीही सापडलेली नव्हती अशी माणसं मात्र सापडली. आबासाहेब, त्यासाठी तुमचे आभार. तो पोरगा काय, तो नासीर काय आणि तो शिट्टीवाला काय, आणि तो? तो धर्मावर चालणारा?

बायकोचा धर्म कुठला? सेवाधर्म! गप्पूचा धर्म कुठला? माया, ममता. आणि माझा धर्म कुठला?

आबासाहेब, आपण यांना पाहिलंत का, याचं उत्तर आज मी तुम्हाला देऊ शकतो. माझी शोधमोहीम फत्ते झालेली आहे. मन जगभर फिरून घरात परतून आलेलं आहे. मला माझी माणसं नव्याने सापडली आहेत.

"गप्पू, ऊठ. उशीर झाला आहे. आज्जीचं तोंड धुवायचं आहे ना..."

"आई, झोपू दे ना. पाच मिनिटं."

"त्याला झोपू दे. मी धुतो तिचं तोंड."

"तुम्हाला नाही जमणार."

"जमेल. आजपासून सर्वकाही जमेल."

"तुम्हाला वॉकला नाही जायचं?"

"जाणार ना. आईचं तोंड धुवेन, तिला स्पंजिंग करेन आणि मग जाईन."

"हे काय नवीन?"

"काही नाही. आणि हो, उद्यापासून तू संध्याकाळी वॉकला जायचं."

"आणि आईचं कोण बघणार?"

"मी. सकाळी मी जाईन, तू संध्याकाळी जात जा."

गप्पू ताड्‌कन उठला, मला हसू आलं.

"गप्पू, आईसाठी शूज घेऊन येऊ या... मस्त नाइकीचे."

दोघं हसत होते. आईने मान हलवली. माझ्याच घरातल्या रोज बघणाऱ्या तीन माणसांना मी आज प्रथमच बघितलं. मी आज खऱ्या अर्थाने माझ्या धर्मावर चालू लागलो होतो.

◆

एक केस आहे

सोसायटी भुईसपाट झाली आणि टॉवरच्या उभारणीसाठीची पहिली कुदळ जमिनीवर पडली. परेराने बुन्डेजाकडे मोठा मिठाईचा बॉक्स दिला. सोसायटीतले काही रहिवासी वगळले तर आम्ही सगळे भुईपूजनासाठी हजर होतो. बुन्डेजाने सर्वांना मुठी भरभरून मिठाई वाटली. सगळेच आनंदात होतो. जुने शेजारी तीन-चार महिन्यांनी भेटत होते. कोण कुठे राहतंय, स्थिरावले की नाही... शिळोप्याच्या गप्पा चालू होत्या. मग लंच होतं. ते करून सगळे पांगले.

ग्राउंड प्लस थ्री अशा सहा विंग्ज असलेल्या आमच्या सोसायटीचं रूपांतर आता दोन टोलेजंग इमारतीत होणार होतं. जास्तीची बेडरूम आणि मॉडेल किचन. तीन-चार वर्षं लागतील; पण मोकळं आणि हवेशीर घर मिळणार होतं.

कल्पनाविलास! कधीकाळी या सुनसान जागेत घर घेतलं म्हणून आई-बाबा नाराज होते. इथे कोण येणार? कोण राहू शकेल अशा जागी? सेफ नाहीये हा एरिया. आम्हाला या वयात इतका प्रवास कसा काय जमणार? आणि आज मात्र तोच सुनसान भाग गर्दीचा आणि मोक्याचा झाला आहे. आता मात्र आमच्या दूरदृष्टीचं कौतुक आणि हेवा होतो आहे.

मला खूप उत्सुकता आहे एकावर एक चढत जाणाऱ्या मजल्यांची. लयबद्ध हात बघायला छान वाटतं. असे हात ज्यांना ताल काय ते माहीत नाही; पण लय समजते. काळे कुळकुळीत हात, बांगड्या भरलेले किंवा गंडेदोरे बांधलेले. त्या हातांवर सिमेंट, वाळूची पखरण. काळ्यावर पांढरे डाग कधी कधी किती सुरेख दिसतात!

भाड्याच्या घरात हळूहळू बस्तान बसलं. माझं क्लिनिक, अर्पिताची बँक, आणि अरूचं कॉलेज रुटीनमध्ये आलं. महिन्यातला एक शनिवार मी न राहवून डेव्हलपमेन्ट बघायला जात होतो. प्रत्येक खेपेला काम इंचाइंचाने वाढतंय असं मला वाटायचं. मला मान्य नव्हतं. मला इंच नाही तर फुटाफुटाने काम वाढायला हवं होतं. घाई झाली होती मला आलिशान घरात राहण्याची. गंमत आहे. आधी चाळीत राहत होतो, नंतर ब्लॉक घेतला. भले, तसा लहान होता; पण त्या चाळीतल्या घरातही मी सुखी होतो. इतक्याशा घरात मी आणि अर्पिता म्हणजे राजा-राणी आहोत असं वाटायचं; पण माझ्यात बदल होत होता. हक्काने वेळीअवेळी डोकावणारा शेजार मला खुपू लागला. मग अर्पिताने लोन घेतलं आणि वन बीएचकेमध्ये राहायला आलो. चाळीतलं सामान ब्लॉकच्या एका खोलीत कोपऱ्यात मावलं होतं.

"उत्तम, अरे लक्ष दे ना."

"काय झालं अर्पिता?"

"कुठे सारखा हरवत असतोस? तुम्ही सायक्रॅटिस्ट जरा वेडेच असता बहुतेक."

"काही नाही गं. विचार करत होतो. आपल्या आधीच्या जीवनाचा... आणि ...तुला माहीत आहे ना? कुठलीही निर्मिती म्हटलं की मी कसा हरखून जातो. आपली अरू जन्माला येणार होती... आणि त्या वेळेस..."

"त्या वेळेस तू म्हणजे अगदी अति केलं होतंस. मुलं काय कुणाला होत नाहीत? मी काय पहिलीच स्त्री होते का बाळाला जन्म देणारी?"

"नाही ना, पण तरीही... अगं, निर्मिती म्हणजे जीवन. काहीतरी तयार होत आहे. निर्माण होत आहे, मग ते पान असो झाडाचं, की फुलं असोत फुलणारी..."

"तू ना वेडू आहेस. आत्ता पण भावनाशील होतो आहेस. माझ्यापेक्षा तूच तर अरूची काळजी घेतलीस."

"गेलीये कुठे?"

"खंडीभर आहेत मित्र-मैत्रिणी."

"तिला लवकर घरी यायला सांगत जा हं! आजचा जमाना चांगला नाही. बरं, मी येतो जाऊन साइटवर."

"आंता ते कशाला?"

"गंमत बघायला."

इंच इंच नाही, फूट फूट नाही तर एकदम मजलाच... टॉवर पूर्ण होत आला आणि दोन वर्षांत पूर्ण झालासुद्धा. आणि एक दिवस आम्ही आमच्या नव्या भव्य वास्तूत प्रवेश केला. आत्ताही गंमत झाली. दोन खोल्यातलं सामान एका खोलीत मावलं.

पहिली सत्यनारायणाची पूजा, अर्थात बिल्डरतर्फे...

"आईये ऽ आईये."

"कैसे हैं आप?"

"हमारी छोडिये, आप बताइये, कैसा लगा आपको आपका घर? कोई शिकायत तो नहीं?"

"जी नही।"

"भाभीजी, नमस्ते। आप बताइये, किचन कैसे लगा? कुछ भी हो, घर की मालकिन किचन देख के खूश हो जानी चाहिये। बताइये?"

"उत्तम..."

"काय?"

"सॉरी, बहोत खूब।"

"मैंने उसमें ग्रेनाइट लगाया है, वो जो कलर हैं ना वो आपको खोजो चाहे जितना, मिलेगा नहीं। राजस्थान से डायरेक्ट अपने प्लॉट पर..."

"वाह।"

"जी... वो जो मेरा स्टील का फर्निचर बनाता हैं ना... ट्रॉली देखी आपने? जो मखखन की तरह... हैं ना?"

"जी..."

"और गैस गिजर लगवाया है। झंझट नहीं। है ना! पानी गरम बोले तो एकदम कडक..."

"उत्तम, उत्तम!"

"हां, खूब खूब..."

"अरे, मी तुला सांगते आहे. कट ना इथून."

"और कचरा डालनेका आयडिया देखा?"

"देखा देखा। उत्तम! चल इथून."

"अरे, वो दामलेजी आपको बुला रहे है..."

"अच्छा? अभी आया, भाभीजी सॉरी, अभी आता हूँ।"

बुन्डेजा लगबगीने निघून गेला.

"काय गं?"

"किती वेळ बोलतो आहेस त्याच्याशी?"

"अर्पिता, बोलणं आणि ऐकून घेणं हाच तर माझा पेशा आहे."

"पण मला कंटाळा आला."

"स्वाभाविक आहे; पण मला येत नाही. एक एक माणूस म्हणजे एक एक स्टडी..."

"पुरे झाला तुझा स्टडी. अजून किती काळ? इतकी माणसं बघितलीस आत्तापर्यंत..."

"तरी फरक असतो. हा स्टडी कधी संपणारा नाही."

"प्रसाद घ्यायला चल."

"अरे यार... प्रसाद? माझा नाही ना विश्वास..."

"पण माझा आहे ना! इतक्या लोकांची सायकॉलॉजी तुला समजते आणि माझी समजत नाही. की मला वाचायला तुला सवड नाही मिळालेली गेल्या इतक्या वर्षांत?"

मी चक्रावलो. अर्पिताकडे मी कधी तसं बघितलं नाही. तिचा प्रश्न तर सडेतोड आहे. जवळच्या माणसांना आपण गृहीत धरतो.

औदुंबर सोसायटी आता औदुंबर टॉवर झाला आहे. कानांना चुकीचं वाटतं. मला शाळेतली कविता आठवली... जळात पाय टाकून बसलेला औदुंबर... इथे सिमेंट काँक्रीटचा झाला आहे. औदुंबरपुढे टॉवर हा शब्द? ना... औदुंबरपुढे लहानसा वाहता झराच हवा.

"दमलास का रे?"

"मी? नाही."

"शांत बसला आहेस म्हणून विचारलं."

"बघ ना... आकाश बघ, चंद्र दिसतो आहे. इतकं मोकळं आभाळ आपल्याला दुसऱ्या मजल्यावरून कधी दिसलं आहे का? पैसे जास्त मोजावे लागले, मान्य; पण आकाश तर मिळालं."

"बरं झालं आपण इतक्या वर राहायला आलो..."

उंचीची भीती वाटते काही काही जणांना. मला अचानक लेले आठवले.

"मी माझ्या मुलाला सांगितलं की आपण पहिल्या, फार फार तर दुसऱ्या मजल्यावर घर घेऊ. उंचावरून खाली बघताना मला चक्कर येते; पण नाही ऐकलं त्याने माझं. आता मी कधी त्याच्या घरी जात नाही. त्याने हे मुद्दाम केलं असं मला वाटतं."

"बाबा, तुमचा गैरसमज होतो आहे. आपण डॉक्टरांकडे आलो आहोत. तेच सांगतील आता. तुम्हीच सांगा डॉक्टर, कुठल्या मुलाला आपल्या वडिलांनी त्याच्याकडे येऊ नये असं वाटेल? हा फोबिया आहे. आम्ही यांना माथेरानला घेऊन गेलो, तर पूर्ण वेळ डोळे मिटून बसले होते. घराच्या खिडक्यांना मोठ्ठी ग्रिल्स बसवली आहेत. यांना सांगतो की खाली बघू नका वाकून तर तेही ऐकत नाहीत."

"जाते नजर... काय करणार?"

पन्नाशी गाठलेले चिरंजीव लेले मला सांगत होते आणि ऐंशीकडे झुकलेले वडील लेले त्यांची भीती व्यक्त करत होते. दोघांना त्यांच्या पद्धतीने जगायचा अधिकार आहे. उपाय एकच, समंजसपणा. तडजोड.

"आपण मार्ग काढू यातून. चिरंजीव लेले, तुम्ही जरा बाहेर बसा. मी यांच्याशी बोलतो."

"तर लेले साहेब, काय आहे की काही काही समजुती आपण आपल्याच करून घेतो. तुमचा मुलगा समजूतदार आहे. त्याला तुम्ही त्याच्याजवळ राहायला हवे आहात. हल्ली अशी मुलं नशिबाने मिळतात. तेव्हा हा आनंद आहे की

आपल्या मुलाला आपण नकोसे झालेलो नाही. आता हा आनंद जास्त मोठा आहे की तुमची भीती जास्त मोठी आहे?"

"आनंद."

"मग हा आनंद कायम राहावा असं जर तुम्हाला वाटत असेल तर तुम्ही त्याच्या आनंदाला साथ द्या. एकदा का आपण खोलीत बसलो की ती खोली कुठल्या मजल्यावर आहे हा विचार सोडून द्यायचा. प्रयत्नपूर्वक. घराच्या आत खूपकाही असतं. नातवंडं असतात, चांगली पुस्तकं असतात. देव असतात. तुमचं मन त्यात रमत असेलच."

"हो."

"काय आहे बाबा, की आता तुमच्या मुलाने पन्नाशी गाठली आहे. आत्ता कुठे तो त्याच्या आवडीचं जीवन जगू लागला आहे. त्याला तुम्हाला पण सांभाळायचं आहे आणि तुमच्या सुनेलासुद्धा. ती तुमची काळजी घेते ना?"

"उत्तम..."

"काय? ओह सॉरी..."

"खूप छान काळजी घेते."

"मग या वयात तुम्ही एकटे राहणार तुमच्या चाळीत... तिथे कॉमन टॉयलेट, पाय घसरला, पडलात... तर किती त्रास होईल तुम्हाला. आणि एकदा आपण ब्लॉकमध्ये राहू लागलो की या सवयी सुटतात."

"असं म्हणता?"

"म्हणजे बघा तुम्हीच..."

"ठीक आहे डॉक्टर, मी आनंदाने राहीन... नाही वाकून बघणार खाली."

घर शांत. सगळे झोपलेले. आणि मी मात्र लेल्यांमधे अडकलेलो. हे हल्ली फार होत चाललं आहे.

विश्वनाथ कांबळेच्या मनाचा थांगपत्ता लागत नाही. वय वर्ष तेहतीस. हुशार पण संभ्रमावस्था.

"डॉक्टर, मी आपणहून आलो ना तुमच्याकडे? मला सांगा, असं कोण येतं का कधी सायक्रॅटिस्टकडे? एक चुकीचा समज आहे लोकांच्या मनात की सायक्रॅटिस्टकडे तोच जातो जो वेडा असतो. अथवा वेड्याला नेलं जातं. विचार-विनिमय करण्यासाठी सायक्रॅटिस्टकडे जायचं असतं हे कुणाला माहीतच नाही. सो नाऊ, यू टेल मी, ॲम आय अ मॅड पर्सन?"

"नो, not at all."

"आय न्यू इट. आमचे आबा महाराज आहेत. एकदा तुम्हाला भेटवलं

पाहिजे. सायकॉलॉजी... उफ... सायकॉलॉजी त्यांच्याकडून शिकावी. त्यांच्यासोबत राहूनच मला माणसांची टेन्डन्सी ओळखता येऊ लागली. आय कॅन रीड अ पर्सन.''

"गुड..."

"सांगतोच. म्हणजे बघा, एखादा माणूस जर विनाकारण चिडत असेल, तर यू नो, त्या वेळी तो रिअली स्पीकिंग, तर तो त्याच्यावरच चिडलेला असतो. मान्य करत नाही आपल्या चुका आणि मान्य करू शकतच नाही ना. विचारा, का?''

"का?''

"इगो, अहंकार. तुम्ही मान हलवलीत म्हणजे तुम्हाला पटलं. हो ना? आबा महाराज... त्यांच्या सायकॉलॉजीमुळे तुम्हाला फायदाच होईल. इथे येणाऱ्या प्रत्येक पेशंटला ट्रीट करणं सोपं जाईल तुम्हाला.''

"नक्की. बरं आता मला सांगा, तुमची बेटर हाफ कशी आहे?''

"असेल बरी. नो आइडिया. काय आहे की भेटायला वेळच मिळाला नाही ना. आबा महाराजांबरोबर मोठा दौरा करून आलो. ते बावीस दिवस म्हणजे आय वॉज ऑन अनदर वर्ल्ड. या जगाशी संबंधच नको. मोबाइल पण बंद करून ठेवला होता. म्हणजे बघा. आठवणच झाली नाही मोबाइलची.''

"बरं मग आता पुढे?''

"तलाक तलाक तलाक...''

"फायनल?''

"डेफिनेटली. तिला आबा महाराज समजतच नाहीत, म्हणजे तिची काय कुवत असेल ते फक्त विचार करून बघा.''

मी अस्वस्थ झालो. कुणी एक महाराज घर तोडायला कारणीभूत ठरावा? लोकांना जोडून ठेवण्यासाठी ही महाराज मंडळी उपयोगी पडायला हवीत; पण खरंच त्यांची ही सायकॉलॉजी मला नाही समजत. घर मोडलं की मला वाईट वाटतं. मग ते कुणाचंही असो. का असावं असं माणसाने.

घरी आलो, थकलेलो होतो. हल्ली हे विचार फार थकवा आणत आहेत. कित्ती केसेस ऐकल्या आणि सोडवल्या. काही दानं मनासारखी पडली तर काही चुकली. घरं मोडली की प्रचंड त्रास होऊ लागला आहे आताशा. कुठेतरी मीच कमी पडतो आहे की काय असं वाटतं. घर...

घरावरून मला एक गोष्ट आठवली. माझ्या बाबांनी मला माझ्या लहानपणी सांगितलेली.

एक राजा असतो आणि त्याला दोन जुळे राजपुत्र असतात. राजा वयस्कर होत चाललेला असतो आणि राज्य नक्की कुठल्या राजपुत्राच्या हवाली करावं असा संभ्रम त्याला असतो. त्याच्या दरबारात एक हुशार मंत्री असतो. तो राजाला एक युक्ती सांगतो. त्याप्रमाणे राजा आपल्या दोन्ही राजपुत्रांना बोलावून घेतो. सांगतो-

"मी आता वयस्कर होत आहे. तुमच्यापैकी कुणाकडे राज्य द्यायचं याचा निर्णय मला आता करायचा आहे. त्यासाठी एक छोटीशी परीक्षा मी घेणार आहे. आपल्या राज्यात प्रत्येक प्रांतात तुम्ही दोघांनी भ्रमण करायचं. दोघे विरुद्ध दिशेला जातील. आणि राज्यात एका वर्षात जास्तीत जास्त घरं बांधायची. सर्व सोय केलेली आहे. उद्या प्रस्थान असेल."

दोघे राजपुत्र निघतात. आणि एक वर्षाने परततात. पहिला राजपुत्र अगदी दमूनभागून आलेला असतो. राजा त्याला त्याची अशी अवस्था का झाली आहे असं विचारतो. राजपुत्र सांगतो, की आपल्या आज्ञेनुसार आम्ही खूप प्रयत्न केले. उन्हापावसाची पर्वा केली नाही; पण चारच घरं बांधू शकलो. राजाने दुसऱ्या राजपुत्राला विचारलं. तो अगदी हसतमुख होता. म्हणाला, की राज्यात प्रत्येक घर बांधलं. प्रत्येक घरात जाऊन राहिलो. त्या घरातल्या माणसांशी मैत्री केली. विश्वास संपादन केला. महाराज, आज आपल्या राज्यातलं प्रत्येक घर आपलं घर आहे.

राजाने त्याला राज्य दिलं.

घर म्हणजे विटा-चुना नाही. घर म्हणजे त्यात राहणारी माणसं. हे नेहमी लक्षात ठेव. माणसांना जप म्हणजे प्रत्येक घर तुझं घर असेल.

आणि मी तेच करायचा प्रयत्न करतो आहे.

"बघ, पुन्हा हरवलास. उत्तम, तुला आता विश्रांतीची गरज आहे. तुझं हे हरवणं फार वाढलं आहे आताशा."

"चालेल. जाऊ आपण. कसले आवाज हे?"

"शेजारच्या शेलारांच्या घरातून येत आहेत. सतत भांडण चालू असतं. मला वाटतं की तू एकदा बोलावंस त्यांच्याशी."

"आपणहून तर मी जाणार नाही. ते आले तर ठीक."

"ते मी बघेन."

आणि खरंच शेलार माझ्या क्लिनिकमध्ये आले.

"श्याम, तुम्ही आपणहून आलात हे छान. निलू कशा आहेत?"

"डॉक्टर काही कळतच नाही तिचं. कधी बरी असते तर कधी खूप हट्टी.

वेदही घाबरतो आता तिला. माझं येणं-जाणं वेळी अवेळी असतं. फोटोग्राफर म्हणजे... काळाचं बंधन नाही. मॉडेल्स शूट करतो.''

''त्यामुळे काही प्रॉब्लेम?''

''नाही. निलू पण आधी मॉडेल होती. आमची भेट तशीच झाली. तिला हा व्यवसाय पूर्णपणे माहीत आहे. लग्न झालं, वेदचा जन्म झाला. आणि तिने आपणहून मॉडेलिंग सोडून दिलं. माझी फिगर तशी राहिली नाही. मी आता चांगली दिसत नाही.''

''तुम्ही तिला कधी तसं काही म्हणाला होतात?''

''अजिबात नाही. ती अजूनही चांगली दिसते. जरा डाएट करेल आणि थोडा व्यायाम... पण फक्त स्वत:ची कणव करायची. यातच तिला आनंद.''

''ठीक. समजलो. मी बोलेन त्यांच्याशी.''

अर्पिताने मनावर घेतलं आणि एक दिवस अचानक निलूला घेऊन क्लिनिकला आली.

काय असतं की बऱ्याच वेळा प्रश्नांवर उत्तरं ही ज्याची त्याच्या जवळ असतात. मी फक्त त्या उत्तरांपर्यंत त्या व्यक्तीला स्वत:लाच पोचायला मदत करतो. इथेही तसंच झालं. तू काय कर... असं सांगून तो तसं करत नाही. कुणी काय करावं हे दुसरं कुणी ठरवूच शकत नाही. अर्थात केस अगदीच हाताबाहेर गेली असेल तर गोष्ट वेगळी. तिथे मग मेडिसिन्स द्यावी लागतात. शॉक्ससुद्धा द्यावे लागतात; पण हा अगदी टोकाचा उपाय. जर व्यक्ती संभ्रमात असेल तर त्या व्यक्तीला फक्त साथ द्यायची. कुणीतरी आपलं ऐकत आहे, हे समाधान हवं असतं. एकदा ते मिळालं की गुंता सुटतो. केस सॉल्व्ह होते.

जेव्हा निलूला पुन्हा मॉडेलिंग करताना बघितलं तेव्हा समजून गेलो की त्यांची फोटाफ्रेम तयार झालेली आहे.

''अरे, काय रे साल्या, आहेस कुठे?''

''संजय, बोल बोल.''

''पत्ता काय तुझा? हल्ली क्लबवर दिसला नाहीस.''

''पार बुडालोय.''

''केसेस काय चालूच राहतात रे. उद्या येतोस?''

''डायरी बघून सांगतो. तू कसा आहेस? नवीन एखादी केस?''

''नवीन काही नाही. त्याच त्याच तक्रारी. सालं, माणूस बदलतच नाही यार. तेच तेच. तीच भांडणाची कारणं आणि तेच तेच प्रश्न. जाऊ दे. तुझ्याकडे आहे

का काही वेगळं?''

''बोलू आपण. या बाबा मंडळींनी समाजाला फार भुरळ घातली आहे. एक, दोन नाही तर तब्बल सात केसेस आहेत. काय जादू करतात काही समजत नाही. घरं मोडत आहेत; पण या बाबा अथवा साधू म्हणवून घेणाऱ्यांना लोक डोक्यावर बसवतात. हंबग.''

''जाऊ दे. अर्पिता काय म्हणत्ये?''

''नोकरी सोडणार आहे. म्हणजे मीच तिला म्हणालो. बदली झाली आहे तिची पुण्याला. आता ती एकटी तिथे राहणार आणि आम्ही दोघं इथे.''

''मान्य आहे तिला?''

''मोस्टली.''

''आणि अरू?''

''अरे हो, ती पुढे शिकायचं म्हणते आहे. मलेशियाला जायचं म्हणते. बघू.''

''अरे वा, छान. चल मग, भेटू.''

''बाय.''

अर्पिताने नोकरी सोडली आणि मग काही महिन्यांनी अरू मलेशियाला गेली. घर रिकामं झालं. शांततेलाही आवाज असतो हे नव्याने समजलं. घरातल्या भिंतींत भरून राहिलेला अरूचा आवाज... मधूनच मला ऐकू यायचा. आणि मी काहीतरी बोलून जायचो. भास व्हायचा मला.

''काय झालं, उत्तम?''

''काही नाही.''

''तू आत्ता काहीतरी बोललास.''

''मी?''

''मग कोण? तू असं काहीतरी बोलून जातोस आणि मला कळत नाही की काय करावं.''

''अरूची आठवण येते.''

''तरी मी तुला सांगत होते की तिला नको जाऊ दे. इथे काय कोर्सेस नसतात? तू, मी नाही शिकलो इथे? काय कमी झालं? पण तुम्ही बाप-लेक... माझं अजिबात ऐकलं नाही.''

''तू त्यामानाने शांत असतेस. तुला नाही तिची आठवण येत?''

''येते ना; पण काय करणार? तिला शिकायचं आहे. शिकू दे. आणि आता ती परतून येईल असं मला वाटत नाही. मनाची तयारी केली आहे मी. एकदा पोर

बाहेर गेलं की गेलं. उगीच नोकरी सोडली मी असं वाटतं मला आता. तू दिवसभर बाहेर. रात्री उशिराने येणार. मी काय करायचं या मोठ्या दिवसांचं? परवा शशीच्या मुलाच्या मुंजीला जायचं होतं तर आला नाहीस. नातेवाईक तुझे आणि तूच नाहीस. प्रत्येकाचा एकच प्रश्न, तू कुठे आहेस... म्हणजे मी आले आहे त्याचं काहीच नाही.''

''काय करू?''

''झोप.''

कांबळेला शेवटी शॉक ट्रीटमेन्ट सुरू केली. इलाजच नव्हता. बाबा महाराज म्हणजे एक ढोंगी माणूस निघाला.

''डॉक्टर, मी मिसेस कांबळे, विश्वनाथ तुमचा पेशंट होता ना.''

''येस, या.''

''विश्वनाथची अवस्था अगदी वाईट झालेली आहे. त्या बाबाने पार...''

''रडू नका.''

''मग काय करू? डिव्होर्स घेतला आम्ही; पण भेटायचो अधूनमधून. पार सोंग करून टाकलं त्या माणसाने विश्वनाथचं. त्याचा वापर केला. पैसा तर लुबाडलाच; पण त्यालाही नासवून टाकलं. तो बाबा... कसं सांगू तुम्हाला... तो गे निघाला. यावरून अंदाज करा. अगदी पोतेरं करून टाकलं आहे विश्वनाथचं. आता कुणी पुरुष दिसला की लपतो. घाबरतो. ओरडतो. डॉक्टर, करा काहीतरी आणि त्याला वाचवा.''

एक माणूस आयुष्यातून उठला आहे आणि मी त्याची काळजी न करता मुंजीला जाऊ? पोलिसांना सांगितलं पाहिजे. त्या बाबाला बेड्या ठोकल्या गेल्या पाहिजेत. समाजाला लागलेली कीड आहे ही. छे... छे..!

माझ्या मुठी वळल्या होत्या. विश्वनाथचा टाहो मला ऐकवत नव्हता. त्याच्या वेदना सहनशक्तीच्या बाहेरच्या होत्या. मला बघितलं आणि धावत येऊन मिठी मारली. सोडवायला वॉर्डबॉय आला तर जास्तच घट्ट धरून राहिला मला. मी त्याला विश्वासाचा वाटलो. तो थरथरत होता. केविलवाणा झाला होता.

रात्री घरी यायला उशीर झाला. घरी आलो आणि डोकं धरून बसलो.

''काय झालं?''

''अं?''

''काय झालं?''

"काही नाही. तू जागी आहेस अजून?"

"अरूचा फोन आला होता. एक टर्म संपली आहे. चांगले मार्क्स मिळाले म्हणून खुशीत होती. एक महिना सुट्टी आहे तिला. घरी यायचं म्हणत्ये."

"अरे वा..."

"तिकीट पाठवायला लागेल."

"उद्याच काढतो तिकीट."

"जेवायचं आहे ना?"

"तू झोप."

"जेवण?"

"नको."

"झोप. इतकंच बोल आता तू माझ्याशी. सकाळ झाली नाही की फोन सुरू. घरी येतोस तर हरवलेला असतोस. काय करतो आहेस काय तू?"

मी अर्पिताकडे बघत राहिलो. हिला नक्की काय हवं आहे? दिवसभर मी फक्त ऐकत असतो. फक्त ऐकणं नाही तर त्यावर तोडगा द्यायचा असतो, उपचार करायचे असतात. शांत राहून. समोरचा किती मूर्खपणा करतो आहे, किती क्षुल्लक बाबी आहेत या, हे माहीत असून शांत राहायचं. प्रश्न प्रश्न... आणि आता हिला ऐकू?

"उत्तम..."

"बोल संजय."

"एक केस आहे. मला तुझा सल्ला हवाय."

"मी देऊ तुला सल्ला? एक नामांकित सायक्रॅटिस्ट तू, आणि मी तुला सल्ला देऊ?"

"हे बघ, केस वेगळी आहे. तू हवा आहेस. रात्री ये माझ्या क्लिनिकवर."

"दहा तरी वाजतील. बाहेर तीन-चार जण आहेत अजून."

"मलाही तितका वेळ लागणार आहेच. ये."

संजयकडे पोचायला साडेदहा झाले.

"बोल."

"कॉफी?"

"चालेल. काय केस आहे?"

"तशी नेहमीचीच. नवरा वेळ देत नाही. घरात काही महत्त्व नाही. मुलं बाहेरगावी. डिप्रेशन आलेली बाई आहे."

"त्यात वेगळं काय आहे संजय? अशा केसेस अगदी सुरुवातीला वेगळ्या

वाटायच्या. आता फार कॉमन झाल्या आहेत."

"काय आहे की आता माझा केस हॅन्डल करायचा एक पॅटर्न झाला आहे. तुझा वेगळा एक पॅटर्न आहे वेगळा, जो मला मदत करू शकेल."

"बोल संजय..."

संजय नाव मला फक्त महाभारताची आठवण करून देतं. दिव्यदृष्टी लाभलेला संजय. महाभारतात जितक्या व्यक्तिरेखा आहेत, त्याच या समाजात आजही आहेत. काहीही बदल नाही. मोह, माया, असूया, स्पर्धा, ईर्ष्या, बदला, भ्रष्टता. कृष्ण म्हणाला होता की जेव्हा जेव्हा या पृथ्वीवर पाप वाढेल तेव्हा मी जन्म घेईन. म्हणजे महाभारतात पाप वाढलेलं होतं. संत सांगतात, असत्य बोलू नका... म्हणजे असत्य हे युगानुयुगे बोललं जात आहे. चोऱ्या होत आहेत. परस्त्रीची अभिलाषा धरली जात आहे. मग फरक काय?

"काय रे... घे ना कॉफी."

"कॉफी?"

"ही काय तुझ्यासमोर... लक्ष कुठे आहे? आर यू ओके?"

"यस, यस... बोल."

"तर त्या बाईला मी काय सल्ला द्यावा?"

"अगदी सोपी केस आहे रे. तिच्या नवऱ्याशी आणि मुलांशी तुला बोलायला लागेल."

"तेच करतो आहे."

"म्हणजे?'

"केस अर्पिताची आहे."

"काय?"

"तिसरं सेशन आज झालं. म्हणून तुला बोलावून घेतलं. ती जे काही बोलत होती ते मी तिच्या नकळत रेकॉर्ड केलं आहे. खरंतर आपल्या पेशाला धरून नाही आहे हे; पण तू माझा मित्र आणि अर्पिता मैत्रीण आहे म्हणून मी तुला ते रेकॉर्डिंग देतो."

हा मोठा धक्का होता मला. मरिन ड्राइव्ह गाठलं. खारट बोचरं वारं घेत बसून राहिलो. डावीकडे बघितलं तर काळोखाचं अस्तित्व आणि उजवीकडे बघितलं तर राणीच्या गळ्यातला लखलखता दिव्यांचा हार. हार... मी नवरा म्हणून हरलो होतो ही काळोखी बाजू आणि एक सायक्रॅटिस्ट म्हणून माझा नावलौकिक झालेला होता ही उजेडाची बाजू. उजेडच पाडला होता मी. मला घर कधी दिसलं

कसं नाही? मी तिथे उत्तम म्हणून वागलोच नाही. मी चोवीस तास फक्त सायक्रॅटिस्ट म्हणून कसा काय जगलो? मला अर्पितामध्ये होणारे बदल जाणवले कसे नाहीत? म्हणजे मी घरात असताना उत्तम पण नव्हतो आणि सायक्रॅटिस्ट पण नव्हतो. मी फक्त मी होतो.

मला अचानक उंचीची भीती वाटायला लागली. घर आहे बाराव्या मजल्यावर. त्याला ग्रिल्स पण लावलेली नाहीत. डिप्रेशनमध्ये तिने काही वेडवाकडं केलं तर? राजपुत्रा, मी अनेक घरं बांधली; पण स्वत:चा राजवाडा मात्र बांधू शकलो नाही. मी रेकॉर्डिंग ऐकू लागलो.

'नोकरी सोडून मी मोठी चूक केली. अरूला परदेशी पाठवून चूक केली. मला माझं एकटेपण जाणवत होतं; पण ते समजून घ्यायला कुणीही नव्हतं. काही निर्माण होतंय तर उत्तम हरखून जायचा. साधं वेलीवर फूल जरी आलं तरी; पण आता तो तो राहिला नाही. त्याच्यातलं कोवळेपण हरवून गेलं आहे. मला माझा उत्तम पुन्हा सापडणार नाही. तो उत्तम गेला कुठेतरी. समारंभात एकटीने मिरवायचा कंटाळा आला आहे. चाळ होती तेच बरं होतं. या मोठ्या घरात मला भकास वाटतं. नाही जगायचं मला, संजय...'

आणि मी धावत सुटलो. घराची बेल दार उघडेपर्यंत वाजवत राहिलो. अर्पिताला समोर बघितलं आणि दारातच तिला कडकडून मिठी मारली.

"संजय, मी अर्पिता."

"बोल गं."

"ठीक आहे सगळं आता. मला माझा उत्तम मिळाला."

"मला माहीत होतं. कसलं नाटक केलंस तू."

"गरजेचं होतं. तो फार हरवत चालला होता. काही दिवसांनी तुझ्याकडे त्याला ट्रीटमेन्टसाठी आणावं लागलं असतं मला; पण आता ती भीती नाही राहिली. आता तो हरवत नाही. घरी आला की घरात असतो मनाने. आणि हो, त्याने आता केसेस घ्यायचं कमी केलं आहे. आम्ही पुढल्या आठवड्यात मलेशियाला जात आहोत. जरा चार-पाच दिवस राहू आणि अरूला घेऊन परतू. तू पण येतोस का संजनाला घेऊन? एक मस्त फ्रेंडली आउटिंग होईल."

"आलो असतो गं, पण फार केसेस आहेत. आधीच अपॉइन्टमेन्ट्स दिलेल्या आहेत."

"आला असतात तुम्ही दोघं..."

"पुन्हा केव्हातरी... मस्त फिरून या."

"बाय..."

"संजय?"

"उत्तम बोलतोय."

"बोल, कशी झाली ट्रीप?"

"झकास."

"आज येतोस क्लिनिकवर?"

"तुझ्याकडे? काय रे अचानक?"

"एक केस आहे."

"येतो; पण केस काय आहे? कुणाची आहे?"

"सौ. संजना संजय विचारे..."

◆

"**ना**रायण ऽऽ नारायण!"

"नारदा, तू हे काय परिधान केलं आहेस?"

"देवाधिदेवा, याला बर्मुडा म्हणतात."

"बरं, मुडा."

"नव्हे नव्हे बर्मुडा! पृथ्वीलोकावरचा हा सांप्रत वेष आहे."

"या अजागळतेला... आणि हे काय नारदा? तुझे अंतर्वस्त्र नजरेस येत आहे. आवर!"

"तीसुद्धा दिसावीत म्हणून परिधान केली जातात देवाधिदेवा!"

"नारदा, काय ही अधोगती. अशाने तुझे पृथ्वीभ्रमण रद्द करण्यात येईल."

"हे प्रभू, मग आपणास राज्यांची न्यूज कशी प्राप्त होणार?"

"काय ही तुझी वाणी नारदा, भ्रष्ट होत चालली आहे. वेष भ्रष्ट, वाणी भ्रष्ट... तूही भ्रष्ट झालास की काय? असो. काय आहे वार्ता पृथ्वीलोकाची?"

"बिनधास्त, कडक. आनंदीआनंद आहे."

"सत्य?"

"अलबत्!"

"मग ठीक आहे; पण याचा मथितार्थ असा की आमचं विस्मरण झालेलं आहे. हे फार हृदयद्रावक आहे, नारदा."

"हे प्रभू, असं का वाटलं आपल्याला?"

"जिथे आनंद आहे, समाधान, शांती आहे तिथे आमचं विस्मरण होतं असा आमचा पूर्वानुभव आहे. ज्ञात आहे आम्हास."

"सत्य! परंतु अपूर्ण."

"ते कसं काय?"

"सणावारी आपलं स्मरण होतं."

"सणावारी! हं... म्हणजे तात्पर्य असं की स्मरण नित्य नाही."

"आपण कष्टी झालेले दिसताय."

"नाही नारदा... परंतु, सत्य सांगू तर हो. झालो जरासे कष्टी; परंतु हर्ष आहे की आम्ही निर्माण केलेला हा संसार आता स्वयंभू झाला आहे."

"हा हर्ष वरवरचा तर नाही?"

"नारदा....!!"

"क्षमा असावी; पण हे प्रभू, हे देवा, आपणही जाणता की आपल्या

इच्छेशिवाय वृक्षाचं एक पर्णदेखील हलू शकत नाही. तरीही जर हे विश्व आपल्याविना आनंदी आहे असं जर ज्ञात होत असेल तर ते आपणास रुचणार नाहीच.''

''होय; परंतु हा हर्ष रचणारे आम्हीच नाही का? होतं, क्वचित असं होतं की आम्हास या गोष्टीचं विस्मरण होतं. बरं, आता जरा खुलासेवार वर्णन कर. ही तुझी वस्त्रं, चिपळ्या जाऊन हातात आलेली ही का...''

''काष्ठ नाहीत ही, यांना टिपऱ्या म्हणतात. महादेवीच्या सणाला या टिपऱ्या हाती घेऊन नृत्य केलं जातं. वाटलं की आपणसुद्धा जरा बघावं, वाजवायला जमतं का?''

''आणि पादुका कुठे गेल्या? याला काय म्हणतात? चढावा?''

''नाही, यांना स्पोर्ट्स शूज म्हणतात. सेलमध्ये घेतले. फक्त तीन हजार मुद्रांना.''

''तीन सहस्त्र मुद्रा? सोन्याच्या?''

''नाही देवा, कागदाच्या.''

''सेल म्हणजे काय?''

''जुना माल, किंमत वाढवून मग कमी दाखवून विकला जातो, त्याला सेल म्हणतात. जुना माल खपवण्याचा एक ईझी मार्ग. त्याचं काय आहे मित्रा... क्षमस्व, देवा की पादुकांचा दगडी अथवा उखडलेल्या रस्त्यावर भारी आवाज होतो. फुटपाथवर निद्रिस्त जनता त्या आवाजाने जागी होते. म्हणून हे ध्वनिविरहित शूज; शिवाय चालण्यास जलद. रस्ते कितीही खराब असले तरी लोटांगण घालायची भीती नाही.''

''ठीक, तर जलद फेरफटका करून आलास; पण हालहवाल?''

''आलबेल आहे. सांगितलं ना मघाशीच. वाऱ्याच्या वेगापेक्षा जलद गतीने लोकसंख्या वाढत आहे.''

''अरे! पृथ्वीला हा भार सहन होणार नाही. तरीच वरचेवर तिला कलताना बघतो आहोत आम्ही. एकाच दिशेने का कलते आहे ती?''

''कारण त्या ठिकाणी जास्तीत जास्त लोकसंख्या वाढते आहे. लोकांना स्त्री जातीपेक्षा नर जात जास्त भुरळ घालते आहे.''

''अशाने निर्मिती खंडित होईल.''

''होऊ द्यावी देवाधिदेवा. कलियुग सुरू झालेलं आहे. तरी, मृत्युदेव अखंड नवीन योजना तयार करीत आहेत. दुर्धर रोगांची निर्मिती होत आहे. अशी निर्मिती अखंड चालू ठेवायची, असा त्यांचा मनसुबा आहे.''

''परंतु हे योग्य नाही. अशाने रयतेचा आमच्यावरील विश्वास डळमळीत होईल.''

"याच रयतेला त्या दुर्धर रोगांवर उपाय तर आपणच सुचवत आहात ना?"

"आम्ही?"

'वैद्य, डॉक्टर, भविष्यकार आपणच निर्माण करत आहात."

"तसं म्हण हवं तर; पण मानवांना तसं वाटेनासं झालेलं जाणवत आहे. मीच कर्ता, ही भावना सबळ होत चाललेली दिसते आहे. म्हणूनच तर ते आमचा धावा आताशा करेनासे झालेले आहेत. धावू तरी कुणासाठी आता?"

"प्रभो!!!"

"नाही, खेद नाहीये. खंत नाहीये. आम्ही आमचा संसार सांभाळू आता. नाहीतरी देवींची तक्रार असतेच की आमचं त्यांच्याकडे दुर्लक्ष होत आहे अशी."

"देवीसुद्धा त्यांचं कार्य करतच आहेत. चिंता नसावी. त्याही बिझी आहेत. कधी नवरात्र, कधी जत्रा, कधी वटपौर्णिमा... चालू आहे. म्हणून सांगतो की आपण या चराचराकडे दुर्लक्ष करू नये. असेही मानव आहेत ज्यांना आपल्यावाचून कुणी वाली नाही. तारणारं नाही. ते स्वत:ला कर्ता समजत नाहीत."

"होय, जाणतो."

"आता आज्ञा असावी. अजून देवींची भेट घ्यायची आहे आणि मृत्युदेव-सुद्धा माझ्या वाटेकडे डोळे लावून बसले आहेत. नारायण ऽऽ नारायण. आज्ञा. सर्व भेटी घेऊन पुन्हा पृथ्वीलोकावर प्रयाण करणार आहे."

"श्रमला असशील. आधी जरा विश्राम कर. अमृताचे पेले प्राशन कर आणि मग प्रयाण कर."

"होय देवा. पृथ्वीलोकावर जायचं म्हणजे अमृत हवंच. नाहीतर माझी चिता जळायची तिथे."

"शुभ, शुभ. ये आता."

"नारायण ऽऽ नारायण..."

"नारायणा ऽऽ नारायणा..."

"काय झालं, नारदा?"

"घोर अन्याय, देवाधिदेवा, घोर अन्याय."

"कुणावर?"

"या पामरावर."

"कुणी केला?"

"क्षमा असावी देवा; पण आपणच केलात.'

"तो कसा काय?"

"त्या पृथ्वीलोकावर असं काही दृश्य बघावं लागतं की..."

"मग त्यास आम्ही जबाबदार कसे?"

"मग कोण? कर्ता करविता आपणच, नाही का? मी सातत्याने भ्रमण करून येतो आणि तिथली हालहवाल तुम्हाला कथन करतो. तिथले कष्ट, वेदना, दु:ख फक्त मी बघतो. माझ्याच नशिबात या गोष्टी का? हा अन्याय नाही का?"

"हे काहीतरी अगम्य आहे, नारदा. गेल्या समयी तू म्हणाला होतास की तिथे आलबेल आहे. आणि नारदा, हे कार्य तर तू स्वेच्छेने आपल्यावर घेतलं आहेस. आणि कष्ट, वेदना, दु:ख म्हणशील तर ते प्रत्येक जीवमात्रांना आहे. देवसुद्धा त्यातून वाचले नाहीत. आम्ही जेव्हा राम म्हणून अवतार घेतला, जेव्हा कृष्ण म्हणून अवतरलो, तेव्हा हे सर्व क्लेश आम्हीसुद्धा आमच्या खांद्यांवर झेलले आहेत. हाच तर नियम आहे. आणि सत्य जाणून घ्यायचं असेल तर हाच एकमेव मार्ग आहे. आणि सत्य सांगतो नारदा, आम्ही जीवमात्रांसाठी एकच नियम, एकच प्रमाण निश्चित केलेलं आहे. त्यात भिन्नता नाही. त्यात उच्च-नीच असा भेदभाव नाही, हे तूही जाणतोस; पण प्रत्येक मानव स्वत:च्या दृष्टिकोनातून जीवन भोगतो आणि उपभोगतो, तर मग आमचा नाईलाज आहे."

"पण देवाधिदेवा, हे असे का?"

"या 'का'ला उत्तर नाही, नारदा. आम्ही सृष्टी निर्माण केली, नंदनवन उभारण्यासाठी. भूलोकावर जेव्हा पहिला जीवमात्र जन्मला आणि त्याचा उत्कर्ष होताना आम्ही बघितला तेव्हा आम्हाला परम हर्ष झाला. त्या जीवाची भेट दुसऱ्या जीवाशी झाली आणि आमची निर्मिती विनासायास अनेक आकार घेऊ लागली. नंदनवन फुलवण्याची पात्रता आम्ही त्यांना दिली; पण त्यांनी? त्यांनी दुराचार माजवला. मग आम्ही काय करावे? आमच्या अस्तित्वाची दखल ठेवली नाही. राज्यासाठी ते असुर झाले. सत्तेसाठी मस्तवाल होत गेले. आम्ही कष्टी झालो. मग आम्ही काय करणार?"

"हे आपण मला विचारता? माझ्यासारख्या एका य:कश्चित पोस्टमनला?"

"पोस्टमन?"

"सॉरी. आता मेल म्हणायला हवं."

"मेलं? कोण मेलं? इथे तर फक्त जीवन दिलं जातं, नारदा..."

"तसं नव्हे, देवा."

"मेलं नव्हे, मेल. म्हणजे पत्र. एक बातमी एका ठिकाणाहून संपूर्ण भूतलावर एका क्षणात पोचवण्याचं साधन. ही नवीन टेक्नॉलॉजी आहे."

"भले, हा शोध मानवांना आत्ता लागला? नारदा, तू युगानुयुगं स्वर्गातून भूतलावर आणि भूतलावरून स्वर्गात निमिषार्धात भ्रमण करतो आहेस. हे तुला कसं शक्य होतं? याचा शोध इतकी युगं मानव घेत होता? आणि आत्ता त्यांना

त्यातलं गुपित उमगलं? काय म्हणावं या अधोगतीला? निदान त्यांनी तुझं उदाहरण समोर ठेवून योग्य कार्यवाही कधीच करायला हवी होती. अध्ययन करायला हवं होतं.''

''असो. मूळ विषय बाजूला राहतो आहे.''

''कथन कर.''

''आपण मानवांच्या वेदनांकडे दुर्लक्ष करणार का? मी आत्ताच एका मानवाचं रुदन, हृदयद्रावक रुदन श्रवण करून आलो आहे.''

''काय झाले त्यास?''

''हा मानव. मध्यम परिस्थिती असलेला. चाकरी करणारा. घरचा सर्वांत मोठा मुलगा. सर्व कुटुंबाची जबाबदारी त्याच्यावर. दिवस कसेतरी ढकलतो आहे. या मानवाची एक दूरची आत्या. तशी परिस्थितीने बरी. विधवा आहे. या आत्याने विधवा असल्याचं भांडवल केलं. आपल्या मुलीच्या लग्नासाठी पैसे हवेत म्हणून तिने या मानवाकडे पैशाची मागणी केली. या विधवेला करणी करता येते असा सर्वत्र समज.''

''कर्णी म्हणजे काय? आम्हाला कर्ण म्हणजे कान असं ज्ञात आहे. कानाला कर्णी म्हणू लागले?''

''नाही देवाधिदेवा, कर्णी नाही, क र णी. म्हणजे काळी जादू. काहीतरी कुणाचं तरी वाईट करण्याची क्षमता.''

''नक्कीच यम मदत करत असणार. त्याला चांगली अद्दल घडवायला हवी.''

''नाही देवा, यात मृत्युदेवाचा काही हातभार नाही. तर, अशा त्या आत्याला सगळे घाबरून असत. मानव तिला म्हणाला, मी कुठून तुला पैसे देऊ? इतक्या माणसांचं घर मला चालवावं लागतं. माझेच पैसे पुरत नाहीत. तशी ती म्हणाली, 'पैसे तर द्यावेच लागतील. नाहीतर तुझी बहीण बिनलग्नाची राहील. गुण्यागोविंदाने पैसे दे. नाहीतर मी...' आणि मानव माता घाबरली. शेवटी मानवाने पैसे कर्ज काढून दिले. तेही व्याजाने घेतले रुपये दोन लाख. तशी ती म्हणाली, की शहाणा गं माझा बाळ. मी तुझे पैसे परत करेन हो. अगदी व्याजासकट.''

''मग?''

''देवा, मानवाने ऑफिसातून कर्ज काढलं आणि आत्याला पैसे दिले. आजमितीला चार वर्षं झाली. तिने एक छदाम दिला नाही. मानव ऑफिसचं कर्ज फेडू शकला नाही. त्याची नोकरी गेली. आणि बघा, त्या धक्क्याने त्याने आत्ताच प्राण सोडला. तो बघा. त्याचा आत्मा अधांतरी घोटाळतो आहे.''

''हं, नारदा, आता तू ये. आमच्या विश्रांतीची वेळ झाली आहे.''

"विश्रांती? देवाधिदेवा, इतकं कारुण्य समोर दिसत असताना विश्रांती?"

"नारदा, आम्ही आता विश्रांती घेतो आहोत. तू ये आता."

"आज्ञा."

"नारायण ऽऽ नारायण..."

"या मुनिवर्य, आज आमच्या महाली आगमन?"

"हे देवी, जगन्माते, प्रणाम!"

"आसन ग्रहण करा मुनिवर्य!"

"माते, आपण सर्व सृष्टीची माता. स्त्री हे आपलं एक रूप. स्त्री म्हणजे सोशीक, मायेची मूर्ती. आपण प्रत्येक नारीत वास करता."

"पुरे पुरे मुनिवर्य, काय जाहले? आज इतकी स्तुतिसुमने किंप्रीत्यर्थ? स्वामींकडून काही हवं आहे का?"

"नाही माते. आपणाकडून हवं आहे."

"कथन करा."

"पृथ्वीतलावरचा एक मानव..."

"एकच? तिथे तर अगणित मानव आहेत असं आमची दासी काही घटकेपूर्वी आम्हाला सांगत होती."

"सेवकाची थट्टा होत आहे."

"ठीक ठीक. सांगा. एक मानव वास्तव्य करीत होता... पुढे?"

".... अशी त्या मानवाची दुर्दैवी कहाणी आहे. एक नारी त्याच्या मृत्यूस कारणीभूत ठरली. आपलं एक रूप... इतकं क्रौर्य कसं काय देवी? आत्ताच ही कर्मकहाणी देवांस सांगून आलो, न्याय मागण्यासाठी... परंतु..."

"परंतु काय मुनिवर्य?"

"सत्यकथा श्रवण करून झाल्यावर व्यथित होण्याऐवजी भगवन् विश्राम करण्यास निघून गेले. म्हणून मी इथे धाव घेतली. आपल्या रूपाला काळिमा लावणारी ती आत्या..."

"मुनिवर्य...!"

"क्षमा. माझ्या बोलण्याचा अर्थ असा की प्रत्येक नारीत आपला वास असतो तर मग हे असं का घडावं?"

"एका स्त्रीत फक्त माझा वास नसतो, मुनिवर्य. तिथेच असुर पण वास्तव्य करतात. सुर आहे तिथे असुर असणारच. हाच तर नियम आहे."

"परंतु असुरांचा पराभव करणं हे तर आपल्याला सहजी साध्य आहे. आज एक मानव मृत पावला, उद्या दुसरा, मग तिसरा... ही शृंखला थांबवायला हवी

देवी. नाहीतर आपली जत्रा भरणार नाही. वटपौर्णिमेला कुणी सौभाग्य मागणार नाही. कुणी नऊ रात्र उपवास धरणार नाही. आपला महिमा...''

''शांत, शांत, शांत. आम्ही बघतो. आत्ताच स्वामींकडे जातो. दासी, आमच्या आगमनाची वर्दी द्या.''

''नको, नको. मी आपल्याकडे आलो आहे आणि आपणास साकडं घालतो आहे, असे समजल्यास प्रभूंचा माझ्यावर कोप होईल. मी त्यांच्या रोषास पात्र ठरेन. या सेवकाला, ना घर का ना घाट का... अशा अवस्थेत टाकून निराधार करू नये.''

''आम्ही समजलो नाही.''

''क्षमस्व! पण याहून शुद्ध भाषा आता या पामराला अवगत नाही. पार वाटोळं झालं आहे आता आमच्या जिभेचं. सरस्वती रुसली आहे आताशा. येतो मी. अजून पृथ्वी पालथी घालायची आहे.''

''मुनिवर्य, चिंता नसावी. स्वामी कधीही कुणावरही अन्याय होऊ देणार नाहीत. खात्री बाळगा. आणि जाण्यापूर्वी आपल्या या वेषास काय संबोधतात हे सांगून जा...''

''देवी याला बर्मुडा...असो. येतो मी.''

''स्वामी...''

''बरे झाले, आपण आलात. चरण वेदनांनी तळमळ होते आहे.''

''ही सेवा मागाहून होईल. त्याआधी काही समस्यांचं निरसन करायचं आहे.''

''नारद भेटून गेलेले दिसतात. असो... आम्ही जरा निद्रा...''

''निद्रा? इतक्या समस्या असताना निद्रा? शेषशायी असाल तुम्ही; परंतु आमच्या स्वरूपाचा सवाल निर्माण झाला आहे आणि... इथे माउली हे आमचं रूप नष्ट होऊ लागलं आहे तेही य:कश्चित द्रव्यासाठी हपापलेल्या स्त्रीमुळे... माया, ममता, वात्सल्य, औदार्य, शालीनता, कुठे कुठे आहे हे सर्व? आमचं रूप असणारी स्त्री जर यमदूतासारखी वर्तन करू लागली तर हाहाकार होईल. आणि आपण निद्रा घेऊ बघता आहात?''

''नारदाने खरंच भेट घेतली आपली... अरेरे!''

''मुनिवर्य हतबल झालेले आहेत. ते आमची भेट घेणारच ना? कुणाचा आधार घेणार? कुणाकडे धाव घेणार? आणि जर आमच्या अस्मितेला धक्का लागतो आहे तर ते...! इथे आमच्या प्रतिमेवर अक्राळविक्राळ काळ्या नभासारखा व्रण उमटतो आहे आणि आम्ही शांत राहावं?''

''नारदा...''

''ते भूलोकी गेले आहेत. आणि जरा संयम. आपल्या या हाकेने पृथ्वी थरथरेल.''

''आम्ही काय करावं असं आपलं सांगणं आहे?''

''आम्ही जसं रणचंडिकेचं रूप घेऊन असुराचा वध केला...''

''तो काळ राहिला नाही देवी.''

''मग?''

''चिंता नसावी. आपल्या प्रतिमेला धक्का लागणार नाही. दैत्य आणि दानव दोहोंचा वास मानवामध्ये आहे. कधी दैत्य जिंकतो, दानव त्यांना जिंकू देतो म्हणून जिंकतो. आणि समय बघून दानव दैत्यावर मात करतो. धीर धरावा. योग्य समयी योग्य घडेल. तूर्तास आमचे चरण...''

''करते सेवा. आपणही धीर धरावा.''

''स्वामींचं मन आम्हाला कळेनासं झालं आहे.''

''काय समस्या आहे देवी?''

''स्त्रीचं रूप कसं होतं? आणि आता स्त्री कशी झाली आहे?''

''आपण काय म्हणता आहात याचं आकलन या क्षुद्र दासीस होत नाही देवी.''

''एक स्त्री केवळ धनासाठी कुणाच्या मृत्यूस कारणीभूत ठरावी? एक काळ असा होता की स्त्री तिच्या शीलासाठी लढली, आणि कुणाच्या मृत्यूस कारणीभूत ठरली. हे आम्ही समजू शकतो. स्त्रीला तिच्या शीलाशिवाय अन्य काही महत्त्वाचं नव्हतं. धन, माया या सर्व गोष्टी त्या शीलापुढे नगण्य होत्या. पुरातन काळात तर स्त्री आपल्या पदरचं दान करून स्वत: उपाशी राहायची. आणि आता? कलीची मक्तेदारी वाढत चालली आहे हेच खरे. आणि स्वामी? ते निवांत आहेत. निद्रा घेत आहेत.''

''चिंता नसावी देवी.''

''स्वामीसुद्धा असंच म्हणाले, चिंता नसावी; परंतु असं म्हणून चिंता नष्ट होते का?''

''क्षमा, परंतु जर प्रभू असं म्हणाले असतील तर... काही ना काही मनसुबा असणारच. इतिहास साक्ष आहे देवी.''

''देव जाणे!''

''हो, तेच जाणे. आपण विश्रांती घ्यावी.''

"नारायण ऽऽ नारायण..."

"ये नारदा, कुठे लुप्त झाला होतास? भय वाटत होतं आमच्यासमोर येण्यास? तुझी कळ लावायची सवय अजूनही कायम आहे तर..."

"प्रभू, आपणही मला कळलाव्या म्हणावं?"

"महादेवींच्या द्वारी गेलात आणि त्या मानवाची मरणगाथा कथन केली..."

"त्याला एक तप झालं देवा."

"एक तप?"

"होय. स्वर्गात वेळकाळाचं गणित कुठे आहे देवा? इतकंच नाही तर त्या मानवाचा पुनर्जन्मसुद्धा झाला. नि ती आत्या, तीसुद्धा म्हातारी होऊन, मरण पावून पुन्हा भूतली गेलीसुद्धा. आणि आपण पुन्हा त्या मानवावर अन्याय केलात."

"असं? इतकं काही झालं? आम्ही निद्रिस्त होतो; परंतु अन्याय काय केला आम्ही नारदा?"

"धारावीतल्या झोपडपट्टीत तो मानव जन्मला, आणि ती आत्या, एका अति श्रीमंताच्या घरी जन्मली. हे आपणच केलंत ना देवाधिदेवा?"

"हे काम आमचं नाही. पाप-पुण्याचा हिशेब चित्रगुप्ताला विचार."

"तो तर साधा अकाउन्टन्ट. शेवटी ती चोपडी आपल्यापाशी येते, हे ज्ञात आहे मला."

"नारदा, पुरे. चल, अन्न ग्रहण करू. पंचपक्वान्नांचा सुगंध दरवळतो आहे."

"मी निघतो. आपण भोजनास जावं. तो मानव तिथे भुकेने कळवळतो आहे. मला त्याच्यासाठी काही करायला हवं. एखादा वडापाव... मिसळ... बघतो."

"नारदा, तू जा. तूच त्याला आज अन्न देशील. तेही चविष्ट.. तथास्तु."

"मुनिवर्य आले होते असं ऐकलं."

"हं."

"भोजनास नाही आले?"

"सत्वर जावं लागलं भूलोकी."

"हं, काय चालू आहे तिथे सध्या?"

"सर्वकाही आलबेल आहे, देवी."

"मागे ते सांगत होते एका स्त्रीबद्दल..."

"ठीक ठीक.. श्रीखंड सांगा..."

"दासी... श्रीखंड...! तर त्या..."

"सर्वकाही योग्य समयी घडून येईल देवी. भोजन करू या."

"देवी,"

"शारदादेवी, आज आमच्या दालनात?"

"एक मागणं आहे लक्ष्मीदेवी..."

"सांगा..."

"... .... तर हे असं आहे."

"अस्सं, ठीक आहे. मग आता आम्ही काय करावं असं आपणास वाटतं?"

"आपण त्याच्यावर प्रसन्न व्हावं. त्याला धन प्राप्त होऊ द्यावं. मग आम्ही त्याच्यावर प्रसन्न होऊ आणि त्याला विद्यादान देऊ. अशाने त्या मानवाचं जीवन सुकर होईल."

"आम्ही आपणास खचितच सहकार्य करू, देवी."

"येतो आम्ही."

"या."

"नारदा, आपणास निघायचे आहे. बराच समय गेला आहे आणि आम्ही भ्रमणास गेलो नाही आहोत."

"होय प्रभू. आपण यावं. आणि सर्व बघून आपल्याला कळेल की आता अवतार घ्यायला हवा आहे. ही मानव जात..."

"आमच्या निर्मितीला दूषण देतो आहेस नारदा..."

"नाही देवा, मी काय दूषण देणार? ती माणसं महालबाड झाली आहेत. एक नंबरची फटकळ... आणि काय विचारूच नका... महाइब्लिस..."

"नारदा..."

"चला."

"ही आम्ही निर्माण केलेली पृथ्वी आहे?"

"तर...! आपलीच पृथ्वी देवा. आणि ही बघा आशियातली सर्वांत मोठी झोपडपट्टी. इथे माणसं राहतात... अशा अवस्थेत. आणि तो... तो बघा... तोच तो मानव. गेल्या जन्मातला..."

"जाणतो आम्ही."

"आणि एक पाऊल पुढे टाका आता... हं... हे आहे वाळकेश्वर. इथे बघा, इथली घरं बघा... आणि ती. ती जी दिसते आहे आलिशान पलंगावर लोळणारी... ती... हां, तीच ती आत्या..."

"चला नारदा, परतू या आता."

"पण अजून काहीच भ्रमण झालं नाही देवा. पृथ्वीचा एक अंश बघितला आहे आपण... पुढे जाऊ... तिथे पुढे पाकिस्तान... अफगाणिस्तान... आणि मग

त्या तिथे अमेरिका... रशिया...''

''नको. जाऊ या परत. आता आम्हाला, तू काय म्हणतोस नेहमी? हां, बोअर... आता आम्हाला बोअर झालं आहे. चल.''

''आपण भ्रमण करून आलात?''

''होय देवी...''

''आम्ही आलो असतो आपल्यासह.''

''काही निमित्त?''

''त्या मानवाला हंडा दिला असता. सोन्याच्या मोहरा...''

''लक्ष्मीदेवी... आपण का कष्ट घेता? आम्ही आहोत ना...''

''परंतु...''

''त्या मानवाची कथा पूर्ण स्वर्गलोकी जाहीर झालेली दिसते. आम्हाला एक कळेनासं झालं आहे, की असे अनेक मानव अशा स्थितीत जगत आहेत. मग कणव केवळ त्या मानवासाठी का?''

''कारण तो सत्य होता. त्याने काही पाप केलेलं नव्हतं आणि तरीही त्याच्या नशिबी हे असं...''

''कर्म आहे त्याचं तसं हे देवी. तो मानव भ्यायला. त्याने दानवांना मोठं मानलं. ती आत्या काय करू शकणार होती? त्याने फक्त आमचा धावा करायला हवा होता. आमच्यावर त्याचा विश्वास असायला हवा होता. त्याने आम्हाला नाही तर दानवी वृत्तीला मोठं मानलं. हाच त्याचा प्रमाद देवी. आता त्याला ही जाणीव आम्ही करून देणार आहोत. या जन्मी तो वाईट वृत्तींवर विश्वास ठेवायचा नाही हे शिकेल. तो मानव सधन होईल. आपल्याच आशीर्वादाने हे आपणास वचन देतो. बघा, जरा खाली वाकून बघा.''

''नारायण ऽऽ नारायण...

क्षमा देवी, क्षमा देवा. मी असाच आलो, वर्दी न देता...''

''या मुनिवर्य.''

''ये नारदा, योग्य समयी आला आहेस. कोण आहे तिथे? शारदादेवींना आमचा निरोप द्या...''

''काय भानगड आहे देवा? सॉरी... क्षमा...''

''या देवी, या. आता आपण चौघं मिळून एक नाटिका बघणार आहोत. सर्वांनी खाली बघा. भूतलावर तिथे काय चालू आहे. मनोरंजन होणार आहे आता... कुठल्याही नर्तिकेशिवाय... बघा! एक वेगळं मनोरंजन. एक खेळ खेळू

या. खेळाला सुरुवात झालेली आहे."

"नवीन झालं आहे हे हॉटेल. फाइव्ह स्टार आहे. गेले खूप दिवस माझ्या मनात होतं की आपली किटी पार्टी इथे व्हायला हवी म्हणून. आज मग फायनल केलं, पार्टी इथेच. सकाळीच बुक करून ठेवलं आहे आपलं टेबल."

"वाव, मस्त आहे हॉटेल; पण खूप महाग असेल ना?"

"त्यात काय? आपल्याला काय महाग?"

"तुम्हा सर्वांचं ठीक आहे. मला मात्र नाही जमणार असं या हॉटेलात यायला."

"म्हणूनच इथे भेटायचं ठरवलं. तू काही काळजी करू नकोस. आज माझ्याकडून पार्टी आहे. लास्ट भिशी मी जिंकले होते ना."

"ठीक आहे गं... चला, सांगा पटापट, काय ऑर्डर द्यायची आहे?"

"पालक पनीर?"

"त्या पालकातून बाहेर पड. काहीतरी मस्त खा आज. आणि हो, शाम्पेन?"

"चालेल."

"दारू प्यायची?"

"पी गं. काही होत नाही. मला जीन विथ लेमन. आणि..."

"ओके... चला ऑर्डर तर देऊन झाली. आता पैसे गोळा करू या. ठीक... जमले. दहा लाख झाले. आता बघू, कोण आहे नशीबवान... उचला गं चिठ्ठ्या..."

"हुर्रे ... मला लागली."

"चिअर्स..."

"हे चिअर्स काय असतं स्वामी?"

"मदिरा घेण्याआधी असं म्हणतात देवी..."

"मुनिवर्य, खूपच ज्ञान झालेलं दिसतं आहे."

"काय करणार? सतत तिथेच तर वास्तव्य असतं माझं."

"इथे स्वर्गात उच्चारही करू नये, मुनिवर्य."

"नाही देवी, आपण विचारलं म्हणून..."

"खलबतं पुरे झाली. खेळ बघा... खेळ..."

"छान होतं जेवण. आता पुढल्या महिन्यात भेटू. मी whats app करेन सर्वांना."

"बाय."

"अरे, वेटर, अन्न पॅक करून द्या..."

"का गं?"

"देऊ कुणालातरी वाटेत."

"ओल्ड थिंकिंग..."

"नाही गं. नाहीतरी हे टाकून देणार. खाईल कुणीतरी."

"तूच ने. आणि हो, कॅश ठेव नीट."

"ही काय बॅग आणली आहे ना. मला वाटत होतं की आज मलाच भिशी लागणार."

"चला, सी यू."

"नारायण ऽऽ नारायण..."

"काय झालं मुनिवर्य?"

"कपडे बघा यांचे."

"वस्त्र निर्माण होत नसतील भूतलावर."

"निर्माण होतात देवी; परंतु ती फाडून घालायची फॅशन आहे."

"स्त्रीचं हे रूप आम्हाला नाही पाहवत, देवा."

"खेळ भिन्न चालू आहे आणि आपलं ध्यान नाहीये..."

"क्षमा देवा..."

"ड्रायव्हर, चलो. आगे सिग्नलपे कोई भिखारी दिखाई दिया तो रुकना।"

"जी।"

"क्या हुआ?"

"जी, कोई नहीं है..."

"आज खाना है मेरे पास तो भिखारी दिखाई नहीं दे रहा। ढूंढो। ये खाना मैं घर नहीं लेके जाउंगी। साब चिल्लायेंगे. अरे... अरे... वो देखो... वहाँ..."

"लेकिन वो तो उस साइड है... यू टर्न लेना पडेगा।"

"तो ले लो... पेट्रोल का खर्चा तेरे जेब से जाता है क्या? या तेरा बाप देता है?"

"काय ही वाणी? एक स्त्री, कुठे गेली तिची मधुर वाणी? ते संस्कार?"

"देवी, आपण खेळ बघत आहोत... मनोरंजन..."

"हो मुनिवर्य!"

"ए, छुत छुत... हां, तुम... इधर आ। ये ले खाना। तेरे बाप ने भी ऐसा खाना कभी देखा नहीं होगा। खा ले..."

"बाप म्हणजे काय?"

"पिताश्री."

"पितामहांची इतकी सय का यावी या स्त्रीला? आणि तेही इतरांच्या पितामहांची?"

"आपण नित्य व्यत्यय आणत आहात, देवी."

"सहन होत नाहीये. वर्षातून फक्त एकदाच भूतलावर जाण्याची मुभा आहे आम्हाला. सरस्वतीपूजनाच्या दिनी. किती रम्य असते तेव्हा पृथ्वी. पूजा होते आमची, विद्यार्थी आमचं चित्र रेखाटतात. फुलं वाहतात, गान होतं आणि आमच्यापुढे नतमस्तक होतात. त्या दिनी अशी वाणी कानांवर आली नाही कधी. आम्ही दिलेलं शब्दभांडार लोप पावलं आहे की काय? कुठे ते मुनी, संत... काय ती वाणी... आणि आमची वाणी, संस्कृत. कुठे आहे ती वाणी आता?"

"संयम देवी. ती वाणी आजही जीवित आहे; परंतु काळानुसार त्यात बदल होत चालला आहे. भ्रष्ट तर खचितच होत आहे; परंतु ती वाणी जतन करणारे आजही त्या भूतलावर आहेत. आपण खिन्न होऊ नये."

"ती तिच्या सदनी पोचली आहे... बघा बघा..."

"देवाधिदेवा, ही तर त्या जन्मातली आत्या..."

"होय नारदा."

"आणि तिला आपण अजून आपल्या भार्यांच्या, देवींच्या मनाविरुद्ध दशलक्ष दिलेत?"

"खेळ चालू आहे."

"आज खूप खुशीत दिसत्येस?"

"होय, आज मी भिशी जिंकले. पूर्ण दहा लाख."

"काय उपयोग? दर महिना त्यातली थोडी थोडी रक्कम परत तर करावीच लागणार आहे ना?"

"हो; पण त्याला अजून अवकाश आहे. तुमचा डबघाईला आलेला बिझनेस जरा सावरला जाईल. उठा आणि कामाला लागा."

"तू ड्रिंक घेतलं आहेस?"

"हो. तुम्हीच तर माझ्या हातात पहिला ग्लास दिलात. स्टेटस जपण्याच्या नावाखाली. पार्टीत मी बावळट वाटू नये म्हणून. आता सवय झाली. आता नाही सुटणार हे व्यसन. मी हे पैसे लॉकरमध्ये ठेवते. उद्या तुम्ही त्या सखारामला पैसे द्या आणि आपला बिझनेस पुन्हा ताब्यात घ्या. हे पैशाचं सोंग नाही आणता येत. आणि खोटा दिमाख आता झेपत नाही. उद्या नीट विचार करू आणि ठरवू की

पुन्हा सुरुवात कशी आणि कुठून करायची. मी झोपते आता. डोकं चढलं आहे माझं.''

''नशा वाईटच... नारायण ऽऽ नारायण...''

''अमृत घ्यावं त्यापेक्षा. शुद्ध राहतात विचार, आणि...''

''पहिला प्रहर संपला आहे. बघा खाली...''

''पैसे देतेस ना?''

''हो. थांबा...''

''अहो... अहो...''

''काय झालं?''

''पैसे कुठे गेले?''

''म्हणजे?''

''या ठिकाणी ठेवले होते मी. ही बॅग... यात बघा काय आहे?''

''शी, कसला वास येतो आहे...''

''हे डबे आहेत... यात कालच्या पार्टीतलं उरलेलं अन्न... ओह माय गॉड!''

''काय झालं?''

''ती बॅग... ती बॅग मी त्या भिकाऱ्याला दिली. अन्न आहे असं समजून... आणि आणि...''

''आणि काय?''

''ती पैशांची बॅग होती.''

''किती पैसे होते?''

''दहा लाख...''

''काय? तू एका भिकाऱ्याला दहा लाख दिलेस?''

''ड्रायव्हर... ड्रायव्हर... बोलवा त्याला. त्याला माहीत आहे तो कुठला सिग्नल होता ते... तिथे तो भिकारी बसला होता... बोलवा... बोलवा...''

''देवी, तो मानव आता सुखात आहे. तो आता त्या झोपडपट्टीत राहत नाही.''

''देवा, थोर आहात तुम्ही...''

''हे लक्ष्मीदेवी, तुम्ही प्रसन्न झाला आहात त्याच्यावर. हे शारदादेवी, आता तुम्ही प्रसन्न व्हा आणि त्या मानवाला योग्य विद्या द्या... आम्ही आता विश्रांती घेतो आहोत. खेळ संपला आहे. नारदा, तू आता तुझ्या भ्रमणास जा.''

''देवाधिदेवा, अजब आहे आपला न्याय.''

"झाले ना समाधान?"

"होय देवा, हीच ती गेल्या जन्मातली आत्या आणि हाच तो गेल्या जन्मातला मानव... हॅट्स ऑफ टू यू प्रभू... नारायण ऽऽ नारायण..."

"आणि यापुढे कळ लावायची नाही, नारदा..."

"आज्ञा प्रभू..."

"हे देवाधिदेवा..."

"नारदा..."

"अन्याय, घोर अन्याय..."

"नारदा... कुणावर? कुणी केला?"

"आपणच प्रभू..."

"नृत्यांगना नृत्य करीत आहेत... पुन्हा कधीतरी बोलू नारदा..."

"हे प्रभू, मग मी जावं का देवींच्या महाली?"

"नारदा... थांब, थांब..."

"आज्ञा देवा..."

"काय आहे समस्या?"

"नारायण ऽऽ नारायण..."

◆

मृत्यूतला जन्म

ठाणकन हातोडा बसला आणि समोरच्या नंदन इमारतीची पहिली वीट ढासळली. मला मात्र याच नंदनची शेवटची वीट बसवली गेली होती तो क्षण आठवला. या नंदनचा जन्म आणि मृत्यू बघणारी मीच एकमेव असेन. पहिल्या आणि शेवटच्या श्वासाची साक्षीदार. आता बुलडोझर येईल आणि नंदनचा एक एक तुकडा फस्त करेल आणि शेवटी आख्खी नंदन भुईसपाट होईल. चार वर्षांचा जन्म आणि मृत्यू चार दिवसांत. कुठलीही गोष्ट निर्माण होण्यासाठी अमाप काळ जावा लागतो; पण संपण्यासाठी एक क्षण पुरतो. पूर्वापार चालत आलेलं हे विधान; पण आता मात्र त्याचा अनुभव घेताना त्रास होतो आहे.

"आई, काय बघत्येस समोर इतकं टक लावून?"

"नंदनला बघत्ये रे. संपलं तिचं अस्तित्व."

"आणि तिला नवीन अस्तित्व मिळणार आहे. फक्त पुढल्या तीन-चार वर्षांत..."

"हो."

"तोपर्यंत आवाज आणि धूळ यांचा भरपूर त्रास सहन करावा लागणार आहे."

"एक वास्तू ढासळत्ये रे."

"नवीन उभी राहण्यासाठी."

चिरंजीव म्हणाला त्यात अर्थ होता. मी आपली उगाच... जाऊ दे. खिडक्या लावून टाकल्या. मला काही मोडत असेल तर ते बघायला आवडत नाही.

"मी निघतो गं. लवकर येईन संध्याकाळी. आणि समोर बघत बसून राहू नकोस. खिडक्या बंद केल्यास हे छान केलंस. निघू?"

आता घरात मी एकटी. उठायला गेले आणि अचानक थकवा आला. हल्ली असं बरेचदा होतं. काहीबाही आठवत राहतं आणि मग गळून जायला होतं. लग्न व्हायला हवं होतं चिरंजीवचं; पण उत्तुंगा गेली आणि तोच मोडून पडला. त्याला उभारी देण्यात किती महिने गेले. मग त्याला कुणी आवडलीच नाही. आणि आवडण्यासाठी मुलीकडे नीट बघायला नको? कुणी आणलं दाखवायला तर हा मान खाली घालून बसणार. मग मी बंद करून टाकला तो खेळ. उगाच त्या दुसऱ्या मुलीला आशा कशाला लावा?

आवाज कानांवर आदळत आहेत. नजर अंधूक झाली आहे, त्यापेक्षा कान बधिर झाले असते तर किती चांगलं झालं असतं.

"आजी, म्या आलोय. च्या आत्ता हवा की मागाहून? कापडं टाकली का

मशिनीत?"

"किती प्रश्न विचारत्येस. आलीस, ये. चहा नंतर चालेल. मशीन लावलं आहे. अजून काही?"

"चपात्या किती करायच्या?"

"दोन जास्त कर नेहमीपेक्षा. मामा येणार आहे. आणि भाजी निवडून ठेव. मी टाकेन फोडणीला."

"करतो."

शांताबाई आली की बरं वाटतं. चिरंजीवच्या जन्मापासून आहे. त्याच्या तेल अंघोळीसाठी म्हणून बोलावली आणि धुणंभांडी करायला ठेवली. आजही म्हणते, मला फशवूनशान कामाला ठिवली... आणि मस्त हसते.

गर्भार होते जेव्हा या घरात राहायला आले. गर्भाचा भार. जन्म देताना आई हा भार वाहते आणि मुलं मोठेपणी आई-वडिलांचा भार वाहतात. जन्म दिला म्हणून आभार आणि नंतर ते साभार परत. म्हणजे इथेही भार आहेच. कुंभार मात्र भारविरहित असतो. तो मातीला आकार देतो आणि तिचं ऋण फेडतो. तिला साकार करतो.

आपण हे घर साकार केलं. एक एक वस्तू जमवत संसाराला रूप दिलं. अंबरला खूप कौतुक सगळ्याचं. माझ्या सगळ्या हौशी पुरवल्या त्याने. तो शांत मनाने गेला. कावळा पण लगेच शिवला. काही बाकी उरलं नव्हतं. मला कसली रुखरुख लागली आहे मग?

"शांता, कसला आवाज आला बघ. कुणाला लागलं तर नाही ना?"

"न्हाय, काय न्हाय. कर्णिकाचं घर फोडत्यात."

"कुठे राहायला गेले की..."

"काय जाणू?"

"आणि ती शिवानी?"

"काय करायचं आता? ग्येली नव्हं... च्या प्या..."

"किती वर्षं झाली गं?"

"इसावर तीन तरी झाली असतील."

"इस नाही गं, वीस."

"तुमी बी बदलत न्हाय आणि म्या बी. इतकी वर्सं शिकवताय; पण जिभेला वळणच न्हाई."

"किती सुरेख गायची ती. पहाटे तिच्या तंबोऱ्याच्या तारांच्या झंकाराने जाग यायची. त्यात तिचा आवाज एकरूप होऊन जायचा. त्या घराच्या भिंती तिच्या आवाजाने भारून जात होत्या; पण नंतर मात्र..."

"पुरं झालं. चला, कोप द्या. लै काम हाय. आताशा भरारा व्हत न्हाय. आणि उठा हितनं. टीवी लावा. कायतरी चालू आसंल."

दुपार तशी सामसूम असते; पण आता नाही. आता नंदनच्या आवाजांनी कानठळ्या बसतात. तरीही एकदा डोकावून बघावं असं वाटलं. खिडकी उघडली तर समोर कर्णिकांचं घर दिसलं. खिडक्या भकास दिसत होत्या. ग्रिल काढून टाकलेलं होतं. लाकडी चौकटी उखडून काढल्या होत्या. बाल्कनी फोडलेली होती. लोखंडी सळ्या वाकड्या होऊन लोंबत होत्या. सगळं विद्रूप दिसत होतं. ती शिवानी याच कठड्याला टेकून उभी असायची. वयात आलेली. आणि मग वय ओसरत चाललेली. शेवटी शेवटी तर खंगत गेली आणि फक्त हाडं दिसू लागली होती. या लोखंडी सळ्यांसारखी. तिने अंबरचं वेड घेतलं होतं. त्याला बघण्यासाठी त्या कठड्याला चिकटून असायची. इतकी की वाटायचं ती तिथे आजन्म चिकटलेली आहे.

खूप समजावलं तिला कर्णिकांनी. मीसुद्धा. की बाई गं, संसारी माणूस आहे तो. माझा नवरा आहे. चिरंजीवचे वडील. त्याला तुझ्यात काही रस नाही. किती छान गातेस. तुझ्या कलेचं चीज होऊ दे. सोड नाद अंबरचा; पण नाही. हट्टी झाली होती. बेभान झाली होती. तिला फक्त अंबर दिसत होता. शेवटी दोन्ही सोसायट्यांत नाव खराब होऊ लागलं. अंबर चिडला. कित्ती काय काय बोलला कर्णिकांना. ते तरी काय करणार? वयस्कर गृहस्थ. बायको मेलेली. एकटे तिला सांभाळत होते. तिच्या डोक्यावर परिणाम झाला. मुकी झाली. तो तंबोरा, त्या तारांना गंज चढला. तिचा स्वर हरवला. मला कधी राग नाही आला तिचा. तिच्या हातात नव्हतंच काही. जे काही घडणार होतं ते घडत होतं. ती ते थांबवू शकत नव्हती. खंगत खंगत गेली. आणि नंतर तो कठडा कायमचा पोरका झाला.

"आई, ए आई. काय करत्येस?"

"आलास?"

"अंधार का आहे घरात? आणि तू खिडकी का उघडली आहेस?"

"काही नाही रे. चहा ठेवते."

"तू बस, मी करतो चहा. मग जरा बाहेर जाऊन येऊ. मला काही खरेदी करायची आहे."

"बाहेर? बरं."

"आणि बाहेरचं जेवून येऊ. खूप दिवसांत गेलो नाही आहोत."

चिरंजीव माझी काळजी घेतो. जरा मी अस्वस्थ दिसले की तो हवालदिल होतो. अंबर गेला आणि... तो होता तेव्हा मी निर्धास्त होते. काय झालं अंबरला

अचानक? आजार? दुखापत? काहीही नाही. शांत होता आणि झोपताना नेहमीप्रमाणे माझा हात हातात घेऊन निजला होता. हळूहळू त्याचा स्पर्श थंड जाणवू लागला. अगदी झोपेतसुद्धा. मी दचकले, उठून बघितलं तर मंद हसत होता. हसत हसत गेला.

धडाड...

मी धावले. समोरून चार माणसं तिरडी धरतात त्याप्रमाणे कुठल्यातरी घराचा दरवाजा नेताना दिसले. एक एक घर मरतंय. तिरडी नेणारे दुःखात असतात; पण हे मात्र आरामात चालले आहेत. मी दचकले. मला विनाकारण त्या दाराच्या चौकटीवर उत्तुंगा दिसायला लागली.

"आई, चहा. आणि हे काय? तू अजून तयार नाही झालीस?"

"आत्ता होते. छान झाला आहे चहा."

"लवकर तयार हो. आज शनिवार म्हणजे गर्दी असणार हॉटेलात. नंबर लावून जेवायला मला आवडत नाही, तुला माहीत आहे."

"दोन मिनिटांत तयार होते."

आता कुठेही अडकायचं नाही. विचारांत तर नाहीच नाही. चला बाहेर पडू या.

"छान आहे रे हॉटेल."

"बस. बोला मातोश्री, काय खाणार?"

"सूप आणि..."

"चीज कॉर्न बॉल्स..."

"हो.'

"बोल. काय करत होतीस दिवसभर?"

"काही नाही रे... असंच..."

"किती विचार करत असतेस हल्ली. अशाने आजारी पडशील. मला तुझी खूप काळजी वाटत राहते."

"मी बरी आहे रे! पण काय होतंय ना... नंदन रिकामी झाली आणि माझ्या सगळ्या मैत्रिणी विखुरल्या. कोण कुठे कोण कुठे राहायला गेल्या. नाटकाला जाणं. वाचन केलेल्या पुस्तकांवर चर्चा करणं... सर्वकाही बंद झालं अचानक."

"तू मावशीकडे जातेस का काही दिवस?"

"नको. मला सवय व्हायला हवी. अशी किती दिवस पळू? होईल सवय हळूहळू. अंबर नसल्याची सवय झालीच ना? तू सांग. तुझं काम कसं चालू आहे? सुलक्षणा आली नाही बरेच दिवसांत."

"मी तिला नकार दिला म्हणून..."

"का?"

"आई, हा विषय नको ना. तुला सर्व माहीत आहे तरी तू पुन्हा पुन्हा त्याच विषयावर येतेस."

"मला तुझी काळजी वाटते. एकटा कसा जगणार आहेस? उत्तुंगा गेली. मी जसं अंबरचं जाणं मान्य केलं तसं तू पण..."

"मान्य केलंच आहे की मी. तुला माहीत आहे ना... ती गेली तेव्हा माझ्या बेडरूमच्या बाल्कनीचं दार मी बंद करून टाकलं होतं. तुझ्यासाठी नंदन आत्ता पडत आहे. माझ्यासाठी नंदन ती गेली तेव्हापासून पडलेली आहे. समोर दिसणारं तिचं घर दिसू नये म्हणून मी कोंडून टाकलं होतं स्वतःला. दार उघडलं की तीच दिसायची समोर. ती गेली तरी दिसत राहिली. तो भास मनातून काढून टाकायचा होता. आणि मग एक दिवस मी स्वतःला मोकळं केलं. आता तू बघतेस ना, माझ्या बाल्कनीचं दार सताड उघडं असतं."

"हो."

"झालं तर मग; पण पुन्हा लग्न हा विषय काढू नकोस. आणि आपण जेवायला आलो आहोत. मस्तपैकी जेवू या. आता हा विषय बंद. मी सरोजमावशीला बोलावून घेतो. काही दिवस राहू दे तिला आपल्या घरी. तशी ती पण एकटीच राहत असते."

"चालेल."

"आता छान हस बघू. तुझं हसणं हरवून गेलं आहे."

"मी आता मस्त राहणार आहे. घे. गरम आहे... जेव."

पुढे जेवण हसतखेळत झालं. आणि मनावरची धूळ झटकली गेली. रात्र शांत होती. नंदन सोसायटीच्या मोडक्या घरातल्या ट्यूबलाइट्स लटकत होत्या. निस्तेज होऊन. खिडक्या म्हणजे कवटीचे डोळे वाटत होते. कामगारांनी चूल पेटवली असणार; कारण त्या कवटीच्या डोळ्यांतून लाल प्रकाश हेलकावे घेत होता.

"गुड नाइट आई."

"गुड नाइट."

"खिडकी बंद करू?"

"नको. वारा येतो आहे चांगला. असू दे उघडीच."

"बरं."

सकाळ होण्याआधीच कामगारांचे आवाज येऊ लागले. जाग आली तशी खिडकीशी गेले. कामगारांची मुलं जमिनीवर पडलेल्या ढिगाऱ्यात खेळत होती. माझं सहज

लक्ष गेलं. मुलं एका कपाटाशी खेळत होती. लपंडाव चालला होता सकाळी सकाळी. त्यांना काय? आई-बाप कामात, मुलं आरामात. तितक्यात ओरडाओरडा सुरू झाला. कुणीतरी त्या कपाटात अडकलं होतं. कपाटाचं दार बंद झालं होतं. हे कपाट तर ओळखीचं वाटत होतं. अरे हो, हे तर उत्तुंगाचं कपाट. तिचंच. ज्यावेळी तिने हे आणलं होतं, हाका मारून मारून मला बोलावून घेतलं होतं.

"मावशी, लवकर ये,"

"काय गं?"

"घरी ये."

"बरं."

"ये, आत ये."

"अगं थांब थांब, कसली घाई लागली आहे एवढी?"

"तुला गंमत दाखवायची आहे. आत ये. हे बघ माझं नवीन कपाट."

"अरे वा!"

"बाबांनी आणलं. यात मी माझ्या सर्व ट्रॉफीज ठेवणार आहे. आणि माझी पुस्तकं. तुला माहित्ये, मी या वर्षीसुद्धा जाणार आहे ट्रेकिंगला."

"जायलाच हवं का?"

"जाऊ दे ना. मग कुठे जायला मिळणार आहे? इथे मी माझा आणि चिरंजीवचा फोटो लावणार आहे. आणि इथे चाव्या स्कूटरच्या. इथे ग्रीटिंग कार्ड्स आणि इथे..."

"जरा दम धर. किती घाई..."

"आणि हे बघ, इथे ना..."

"एक काम कर बाई. आपल्या घरी येताना हे कपाट हुंडा म्हणून घेऊन ये."

"नक्की."

"आणि आता जरा बेताने. स्कूटर फार फास्ट चालवतेस."

"चिरंजीव घाबरतो माझ्या मागे बसायला. त्याला सांगितलं तू चालव तर नाही म्हणतो. लेडिज स्कूटर आहे म्हणून... पण बघ ना, लेडिज स्कूटरवर बसायला त्याला काही वाटत नाही. चालवायला लाज वाटते. तोही असा आहे ना..."

"कसा?"

"मावशी, हे कपाट आपल्या घरात कुठे ठेवायचं?"

सुटला तो पोरगा आत अडकलेला. तो कपाटात अडकलेला आणि मी त्या कपाटाच्या आठवणीत. त्याची सुटका झाली, माझी होत नाहीये. काय गरज होती

तिला ट्रेकला जायची. इतक्या मुलांत पहिली पोचली. आणि आनंदाने नाचू लागली. पाय घसरला आणि... तिची आवड जपायचं स्वातंत्र्य द्यायचं असं अंबर म्हणाला आणि... तरी मी सांगत होते, नको जाऊस. नाही ऐकलं. मृत्यू बोलावून घेतो. ठरलेल्या जागी पोचावंच लागतं. किती शोध घेतला... तुटका हात मिळाला फक्त.

चिरंजीव सैरभैर झाला. आम्ही सगळेच. काही सुचत नव्हतं. उत्तुंगाचे आई-वडील ते घर सोडून निघून गेले. विकून टाकलं कुणालातरी. आतलं सामानसुद्धा नको म्हणाले. प्रत्येक वस्तू तिची आठवण देत राहील म्हणून इथेच सोडून गेले. गेले ते गेलेच. पुन्हा भेटले नाहीत. क्वचित डोळ्यांसमोर तो हात दिसत राहतो अजूनही.

"किती वेळ बेल वाजवते आहे. आणि काय गं? चेहरा असा काय झालाय? घाबरली आहेस का?"

"बस, पाणी आणते. कशी आलीस? बसने की रिक्षाने?"

"ओलाने."

"बरं झालं आलीस. चहा ठेवते."

"कसला आवाज गं इतका?"

"टॉवर बनतोय नंदनचा. चार-पाच दिवसांपूर्वी काम सुरू झालं आहे."

"मुंबईला झालंय काय? जिथे बघू तिथे टॉवर्स. इथे किती मजली होणार आहे?"

"काही कल्पना नाही. सरोज, मला न हल्ली काहीतरी होत आहे. एखादी गोष्ट नष्ट होत असेल तर बघू शकत नाही. नष्ट होणार आहे आणि पुन्हा नव्याने उभं राहणार आहे ते चांगल्यासाठीच हे माहीत असूनसुद्धा."

"आपलं वय गं. म्हातारे होत चाललो आहोत आपण. हीच जर तू तरुण असतीस आणि तुला नवं घर मिळालं असतं तर आनंद झाला असता ना?"

"अं, हो, झाला असता."

"वय कारणीभूत आहे. जुन्या गोष्टी जपून ठेवाव्या असं वाटतं. धरून ठेवायच्या. पुढल्या पिढीला त्यात रस नसतो. तरी. प्रत्येकाचा इतिहास असतोच ना. महाभारत, रामायण, पेशवाई, शिवाजी महाराज, इंग्रज हाच फक्त इतिहास, असं नाही ना? मला वाटतं इतिहास म्हणजे इति ऱ्हास असं असावं. ऱ्हास झाला तरच नवीन काही निर्माण होऊ शकेल ना."

"म्हणजे मग इतकी वर्षं जे निर्माण केलं, जपून ठेवलं, त्याला काही महत्त्व नाही?"

"आहे ना, पण वैयक्तिक महत्त्व आहे. जुनं जातं आणि आपल्याबरोबर खूप काही घेऊन जातं."

"चिरंजीव यायची वेळ झाली. स्वयंपाक व्हायचा आहे अजून."

"विषय टाळू नकोस तू."

"सरोज, काय विषय टाळणार मी?"

"राहू दे. चल, आज मी स्वयंपाक करते. मस्त भजी तळू."

सरोज आली हे उत्तम झालं. जरा बरं वाटलं. आवाज एव्हाना थांबले होते. खिडक्या उघडल्या तशी सिमेंटचा वास आला. धूळ होती काचांवर, तशीच राहू दिली. कवटी भगभगत होती. खिडक्यांची भगदाडं आणि बाल्कनीची खोबणी. बाहेर ना उजेड ना अंधार. मळकट आकाश.

"चला ताईसाहेब, भजी तयार आहेत."

"ये. इथेच बसू."

"कशाला? समोरचा राक्षस दिसत राहील. ती बिल्डिंग... खरंतर भगदाड म्हणायला हवं. कशाला बघायची? आत जाऊ. मस्त गाणी लावू. जरा नाचू या पूर्वीसारख्या. ए, फुगडी घालायची का?"

"अजून तश्शीच आहेस. वेडाबाई. चल आत."

"ताई, मी पुढल्या आठवड्यात सासवडला जाणार आहे. तूही चल."

"आणि चिरंजीव?"

"त्याला सोड जरा मोकळं. तो तर दिवसभर कामात असतो. रात्री घरी येणार. येईल आणि झोपेल. लहान आहे का तो? तू चल. आता तरी सूट या संसारातून."

"राहायचं कुठे? सासवडला? आपला वाडा तर राहिला नाही."

"तोच पुन्हा बांधायचा असा विचार करत आहे. माई हो म्हणाली आहे. तुझी परवानगी हवी आहे. आता आपली परिस्थिती चांगली आहे. तिघी मिळून वाडा बांधू परत. खाली वाडा आणि वर चार ब्लॉक्स. विकून टाकायचे. म्हणजे आपला खर्च निघेल त्यातून."

"म्हणजे वाड्यात..."

"व्यवहार आहे हा. पैसे मिळतील तिघींना."

"आत्ता कमी आहेत का? ज्या वेळी बाबांना पैसे हवे होते, आपण नाही देऊ शकलो. वाडा तेव्हाच बांधायला हवा होता. डागडुजी करायला हवी होती. दरवर्षी सुटीत जायचो आपण आणि वाड्याची एक एक बाजू ढासळताना बघायचो. त्याच वाड्यात आपलं बालपण गेलं. तिथूनच आपण एक एक करून बाहेर

पडलो आणि आपल्या संसारात रमलो. काही काळजी घेतली नाही. बाबा किती कष्टी होते तेव्हा.''

''आपली तरी कुठे ऐपत होती गं?''

''मान्य. पण, आपण असं करू. बाबांची इच्छा आता पूर्ण करू. वाडा बांधू. अगदी पूर्वी होता तसाच. बाबांना आनंद होईल.''

''जान्हवी, जरा व्यवहारी हो. मी तुला मघाशीच म्हणाले की जुनं जातं आणि जाताना आपल्याबरोबर काय काय घेऊन जातं. खूप काही. त्या वाड्याने जाता जाता त्याच्याबरोबर बाबांनाही नेलं. ते हरवलं आहे सर्व. आता फक्त ओसाड आहे तिथे. खंडहर. आलेली ऑफर चांगली आहे. वाडा बांधून देतील आणि वर चार ब्लॉक्स.''

''काय करणार आहोत आपण त्या पैशांचं? बाबांच्या स्मृतीला व्यवहाराची किनार नको.''

''तू कायम अशीच राहा, निगेटिव्ह. सतत रडत राहा.''

''आधी पण अशीच होते का गं? अंबर होता तेव्हा, चिरंजीवचं लग्न ठरलं होतं तेव्हा?''

''बाहेर पड त्यातून आता. आणि त्या वाड्यातूनसुद्धा बाहेर पड. फक्त जागा आहे आता ती, त्या पलीकडे तिथे काहीही नाही. आणि जरी फक्त वाडा बांधला तरी कोण जाऊन राहणार आहे तिथे? मग करायचा काय बांधून?''

''आत्ता म्हणालीस काही... म्हणजे मघाशी. काय झालं आहे मुंबईला? टॉवर... टॉवर... आणि आता? वाड्याच्या जागी तुला बिल्डिंग बांधायची आहे. काही वर्षांनी तीही पाडली जाईल आणि तिथे टॉवर उभा राहील.''

''टोकाचं बोलतेस.''

''असेल. मला बाबा दिसतात. किती प्रयत्न केले त्यांनी. कष्ट नि कष्टच करत राहिले. कर्ज काढलं ते फिटलं नाही म्हणून शेत विकावं लागलं. त्यांना मी आतल्या आत रडताना बघितलं आहे. तू लहान होतीस खूप. तुला माहीत नाही. माई लग्न होऊन सासरी गेली होती. धसका घेतला त्यांनी आणि त्यातच ते गेले. पुढे वाडा आपला आपण कोसळत गेला. आता उरल्या आहेत पडक्या भिंती आणि त्यावर शेवाळं, वाढलेलं गवत, फटीतून उगवलेला पिंपळ.''

''आपल्या मुलांचा तरी विचार कर. त्यांना गावात एक घर मिळेल.''

''जेवू या?''

''एक वेळ माई समजून घेईल; पण तुला समजावणं म्हणजे...''

''नको घेऊस कष्ट त्या वाड्यासाठी. बाबांचं सर्वस्व गेलं, पुढे ते स्वत: गेले. त्या वाड्याच्या बळावर मला नाही पैसा मिळवायचा.''

सरोज गप्प झाली. माझी परवानगी हवी होती तिला आणि ती मी देणार नव्हते. माझ्या डोळ्यांसमोर कोसळत जाणारा वाडा आला, जशी ही नंदन कोसळली... नष्टच व्हायचं एक एक. कधी अकाली, कधी सकाली.

"सुप्रभात मावशी-आई..."
"सुप्रभात. उशिरा आलास रे काल?"
"तू होतीस ना म्हणून जरा गेलो मित्रांबरोबर."
"चांगलं झालं."
"किती आरडाओरडा गं हा..."
"ती तावडे आहे ना, ती भांडते आहे."
"तावडे?"

"समोरच्या बिल्डिंगमध्ये राहत होती. नंदनमध्ये. बिल्डरने चांगली ऑफर दिली आहे तरी त्या बाईला कमीच वाटतं आहे. बघ ना, बिल्डिंग पाडायला सुरुवात झालेली आहे आणि तरी ती अडून बसली आहे. कालच तिला बघितलं मी बिल्डरशी भांडताना. काहीतरी झालं असेल आणि आता स्टे ऑर्डर आणेन म्हणत्ये. तुम्हा दोघींना आज टीव्ही लावायची गरज नाही. मालिका समोर चालू आहे. बघा आणि हसा. मी तयार होतो आणि निघतो."

प्रत्येक सोसायटीत अशी एक तावडे असतेच. किंवा असतो. कामं रखडतात. अर्धवट राहतात. वर्ष वर्ष बांधकाम होत नाही. एका व्यक्तीमुळे बाकीचे मेटाकुटीला येतात. मी दचकले. मी तावडे झाले आहे की काय? सरोज, माईला तसं वाटू शकतं. मला चिरंजीवबरोबरही बोलायला हवं. त्याला कदाचित हा विषय माहीतही असेल. त्यासाठी आली का सरोज?

आणि एकाएकी मला स्फूर्ती आली. जुनं नष्ट होतंय, होणारच. त्याशिवाय नवीन निर्माण होणार नाही. आणि हे नवीन आता आपण निर्माण करायचं. व्यवहार नाही करायचा. फक्त निर्मितीतला आनंद घ्यायचा. आता हेच ध्येय. वाडा बांधायचा. अगदी बाबांनी बांधला होता तसा. त्याच्या डोक्यावर दोन मजल्यांचं ओझं ठेवायचं का? का नाही? ओझं नाहीये ते. ती वाड्याची वाढ आहे. तो मोठा होणार आहे.

"सरोज, चिरंजीव, जरा बसा इथे. मी काही ठरवलं आहे. डेव्हलपमेन्ट व्हायला हवी. मान्य आहे मला."

धाड्‌कन आवाज आला. कोसळली भिंत. आक्रोशाचे, हास्याचे, आनंदाचे,

दु:खाचे अनेक क्षण बंदिस्त होते या नंदनमध्ये; ते सर्वच्या सर्व कोसळले. आता अगदी नामोनिशाण राहिलं नाही. आता तिथे एक वास्तू तयार होईल. अनेकांसाठी. आणि प्रशस्त. आनंद घेऊन येईल.

सासवडला पण एक प्रशस्त वास्तू उभी राहील. नक्की.

"बोल."

"आपण दोघी माईकडे जाऊ. चार दिवस राहू. तुला चालेल न चिरंजीव?"

"अगं जा. कधीपासून तुला हेच तर सांगत होतो. जरा बाहेर पड."

"जाते."

चार दिवस छान गेले तिथे. परतले तर नंदनच्या जागी मोठ्या तलावासाठी जशी जमीन खोदतात तसं खोदलेलं होतं. जमिनीच्या अंगावर असंख्य लोखंडी कांबळ्याचे काटे फुटले होते. आता हां हां म्हणता नवी नंदन उभी राहील. नव्याने घरं उभी राहतील. पक्षी परतून येतील. आपण किती अडचणीत राहत होतो आधी... असं काहीबाही म्हणतील आणि वास्तू नव्याने पुजल्या जातील. ज्याला त्याला नवीन घर दाखवलं जाईल.

आपण उगाच अडकून बसलो होतो जुन्यात; पण उगाच तरी कसं? नंदनचं मरण आपण बघत होतो. जसं आपल्या वाड्याचं बघत राहिलो. आता जायचंच सासवडला. वाड्याभोवती मोठ्ठाले पत्रे उभे राहतील. सताड डोळ्यांनी भावनारहित नजरेनं बधितलेलं वाड्याचं मरण बघणारे गावकरी. त्यांना आत काय चाललं आहे हे जराही समजता कामा नये. पत्रे निघतील आणि एकदम दिसेल त्यांना बाबांचा वाडा.

त्या पत्र्यांच्या आत एक नवीन जन्म होईल. मृत्यूतला जन्म... एका अर्भकाचा, नव्या वास्तूचा.

त्याला व्यवहार नाही म्हणता येणार. ती असेल स्मृती... बाबांची.

चिरंजीव आल्या आल्या मी डिक्लेअर करून टाकलं...

"चिरंजीव, माझं आणि सरोजचं सासवडचं तिकीट काढ..."

◆

"एका मोठ्या गायकाला लखनौमधल्या नवाबाने त्याच्या दरबारी मैफलीसाठी आमंत्रण दिलं. त्या गायकाच्या अटी मोठ्या अजब होत्या. ते जेव्हा गाणं गात असतील तेव्हा एकाही श्रोत्याने मान डोलावता कामा नये. आणि जर मान डोलावली तर त्या क्षणी त्या श्रोत्याचा शिरच्छेद केला जावा. जर या दोन्ही अटी मान्य असतील तर मी आपल्या दरबारी गायनाला येईन."

हो-ना करता करता नवाबाने दोन्ही अटी मान्य केल्या. त्याने शहरात दवंडी पिटवली की गायन चालू असताना कुणीही मान डोलावायची नाही, अन्यथा त्याचा शिरच्छेद करण्यात येईल.

जे रसिक होते ते आवर्जून ख्यातनाम गायकाला ऐकायला आले. दरबार गच्च भरलेला होता. अतिशय सुशोभित केलेला होता. अत्तराचा सुगंध दरवळत होता. फुलांनी गायकाचं आसन सजवलेलं होतं. छत्र-चामरं ढाळली जात होती.

राग पिलू

गायक आले आणि त्यांनी पहिली बंदिश गायला सुरुवात केली. हळूहळू श्रोते तल्लीन होऊ लागले. काही जण तरीही ताठ बसण्याचा प्रयत्न करत राहिले आणि काही जण मात्र अनवधानाने मान डोलावू लागले. असं नाही की त्यांना अटी माहीत नव्हत्या; पण त्यांना वाटलं की मान कापली गेली तरी चालेल; पण दाद दिली गेली पाहिजे जेव्हा ती अगदी आतून उमटत आहे. माना डोलू लागल्या तशी गायक थांबले. त्यांनी आज्ञा दिली की ज्यांच्या माना डोलत आहेत त्यांना या महालातून बाहेर काढा आणि दुसऱ्या महाली बसवा.

राजाने त्यांच्या आज्ञेचं पालन केलं. त्या सर्व गुणी श्रोत्यांना दुसऱ्या दालनात नेण्यात आलं. इतर श्रोते घाबरले. आता खरोखरच त्यांचा शिरच्छेद होणार... अशी भीती मनात दाटून आली. तितक्यात गायक म्हणाले, "राजे, आता उर्वरित मैफिल आम्ही त्या दालनातल्या रसिकांसाठी सजवू; कारण जेव्हा जिवाची तमा न बाळगता जे रसिक दाद देतात, ते खरे रसिक, खरे श्रोते. या इथल्या श्रोत्यांना आम्ही निरोप देतो."

साउजी कथा सांगून थांबले. त्यांनी जमलेल्या शागिर्दांकडे एक नजर टाकली. म्हणाले, "याला म्हणतात तल्लीन होणं. जे कलाकार आपल्या श्रोत्यांना इतकी तल्लीनता देऊ शकतात ते कलाकार सत्य जाणतात. शेवटी सत्य म्हणजे काय? सत्य म्हणजे परमात्मा, देव, ईश्वर, अल्ला... पण म्हणजेच काय? तर कलाकारासाठी

सत्य म्हणजे रसिकांच्या मनाच्या खोलातून उमटणारी दाद! ही दाद तुम्हाला मिळवता आली पाहिजे. ज्या दिवशी मिळवाल त्या दिवशी तुम्हाला सत्य गवसलं.''

"पण त्यासाठी श्रोता पण तितकाच तयारीचा असायला हवा.''

"तशी काही आवश्यकता नाही. प्रत्येक श्रोत्याला रागदारी कशी माहीत असेल? जे सूर मनाचा वेध घेऊ शकतात, ते सत्य सूर. मग श्रोता अगदी अशिक्षित असला तरी चालेल. त्याने काहीही फरक पडत नाही. हे गायनावर निर्भर करतं की तुम्ही त्याच्यापर्यंत पोचू शकता की नाही. तुमची गायकी कशी आहे. नसतील सर्व राग माहीत, अगदी सप्तसूरसुद्धा माहीत नसतील. तरीही जर तुमच्या गायनाने त्याच्या डोळ्यांत पाणी तरळलं तर तुम्हाला सत्य गवसलं. चला सुरू करू या. घ्या तंबोरा...''

साउजी तंबोरा लावू लागले. अगदी मग्न झाले. प्रत्येक स्वर स्पष्ट उमटला पाहिजे हा त्यांचा अट्टहास असायचा. एक जरी तार, एक आटा जरी सैल राहिला तरी संपूर्ण तंबोरा बेसुरा होतो. तंबोरा लावणं हीसुद्धा एक कला आहे.

त्यांच्या शागिर्दांना ते नित्य सांगत की संपूर्ण गाण्यात तंबोरा फार महत्त्वाचा. कधी शागिर्द कंटाळून जात; कारण दिवस दिवस फक्त तंबोरा लावायला सांगितला जात असे; पण गुरुजींपुढे काही बोलण्याची हिंमत होत नसे. त्यांचं व्यक्तिमत्त्व होतंच तसं.

उंचेपुरे, लाल गोरे, निळसर घारे डोळे, त्या डोळ्यांमध्ये तेज होतं. पांढरी-शुभ्र छातीपर्यंत रुळणारी दाढी. भरघोस पांढऱ्या मिश्या. मानेवर रुळणारे चमकते पांढरे केस, भव्य कपाळ आणि कपाळावर चंदनाचं नाम, काठाचं धोतर आणि पांढराशुभ्र बंडी. एकदा का तंबोरा लावू लागले की जणू त्यांचं ध्यान लागायचं. अशा वेळेस त्यांना हाक मारण्याची हिंमत माउलीलासुद्धा व्हायची नाही.

माउली लग्न होऊन जेव्हा सासरी आली तेव्हा जेमतेम पंधरा वर्षांची असेल. गाणं, संगीत यातलं ओ का ठो कळत नव्हतं तिला. साउजी तेव्हा त्यांच्या गुरूंकडे गायनाचे धडे घेत होते. एकच सूर दिवसभर ऐकत राहायचा याचा कधी कधी माउलीला कंटाळा यायचा. वाटायचं सा पुढे जो काही सूर आहे तो गा की! पण आत्ता तिला हे असं आठवून मध्येच हसू यायचं. स्वयंपाक करताना किंवा मैफलीसाठी तयार होताना... अंगणात रांगोळी काढताना.. अगदी कधीही... हसू यायचं.

"मुलीला संगीतातलं काही कळत नाही.''

"काही हरकत नाही. मातीच चांगली. तिला मग आकार देता येतो. आकार घेतलेली माती आणली की तिला तडे जातात. चांगलं आहे, मुलीला संगीतातलं काही कळत नाही ते.''

माउलीच्या वडिलांचं आणि सासऱ्यांचं हे बोलणं तिला आजही अधूनमधून

आठवतं. आणि तिला आनंद होतो की मातीने आकार घेतला.

"माउली..."

"जी, आले."

आज मध्येच कशी काय हाक आली याचं माउलीला नवल वाटलं. एकदा का तंबोरा लागला की मग पुढचे तीन-चार तास ...

"माउली..."

"जी."

"फाटकात कुणीतरी उभं आहे. कोण आहे, बघून ये."

"जी."

एकवीस एक वर्षांचा पोर, गरीब दिसत होता. अंगात मळका लेंगा आणि वर फिकट चौकटीचा शर्ट, तोही मळलेला. मिसरूड फुटलेली. केस अस्ताव्यस्त.

"कोण रे बाबा तू? काय हवंय?"

"अं?"

"घाबरू नकोस. कोण आहेस तू? इथे काय काम आहे?"

"ऐकायचं आहे."

"शिकवणी सुरू होतीये आत्ता. इथे असा उभा राहू नकोस. यांना आवडत नाही."

"ऐकायचं आहे. रोज ऐकत असतो; पण जरा लांब उभा असतो. आज वाटलं, जवळून ऐकावं."

"कुठे राहतोस? काय करतोस?"

"तिथे मागच्या वाडीत. काही करत नाही. ऐकत असतो."

"तुला गाता येतं?"

"माहीत नाही."

"ये. आत ये."

तो जरा बावरलेला; पण आत जायला मिळतंय म्हणून थोडा आनंद झालेला. एकाच वेळेस त्याच्या चेहऱ्यावर हे दोन भाव. माउली बघत होती त्याला.

"अहो, हा .. नाव काय बाळ?"

"अजेय."

"छान नाव आहे. याला गाणं ऐकायचं आहे. तो रोज ऐकत असतो. तिथे लांब उभं राहून. आज फाटकापाशी आला. इथे त्याला बसू दे ना?"

"माउली, तुला नव्याने सांगायला हवं?"

"अहो पण..."

"हा काही तमाशा नाहीये. शास्त्रीय संगीत आहे. पवित्र, शुद्ध."

"श्रोता आहे हा. मानावं. पोराला ऐकू द्यावं."

साउजींचा नाईलाज झाला. त्यांनी अजेयला एका कोपऱ्यात बसायला सांगितलं. तंबोरा लावून झालेला होता. तारा झंकारू लागल्या. शागिर्दांनी त्यांचे स्वर तंबोऱ्याच्या तारांच्या झंकाराशी एकरूप केले. आरोह अवरोह... रागदारी, आलाप... दोन तास कसे गेले हे समजलं नाही. अजेय तल्लीन झालेला होता. जणू त्याची समाधी लागली होती. एक अवर्णनीय अनुभव तो घेत होता. अचानक शांतता वाटली. सर्व स्वर थांबले होते आणि तरीही त्या वातावरणात ते भरून राहिले होते. प्रतिध्वनित होत होते.

शागिर्द नमस्कार करून निघून गेले. साउजी बैठकीवरून उठले आणि अजेयजवळ आले. त्याने लवून नमस्कार केला.

"माउली, पाणी आणा."

"जी."

"काय नाव?"

"अजेय."

"कुठे राहतोस?"

"मागच्या वाडीत."

"रोज ऐकत असतोस रियाज?"

"हो."

"गातोस?"

"माहीत नाही; पण चित्र काढतो."

"गाण्याचा आणि चित्रांचा काय संबंध?"

"माहीत नाही."

"घरी कोण कोण असतं?"

"वडील आणि मी. दोघंच."

"काय करतात वडील?"

"चित्रकार आहेत."

"पानं वाढली आहेत."

"जेवायला चल. हात-पाय तिथे धुऊन घे आणि मगच आत ये."

"मला जेवायला नको."

"इथे जे अतिथी येतात ते न जेवता जात नाहीत."

साउजी जरा कडक शब्दांत बोलले तसा अजेय उठला. निमूट हात-पाय धुऊन आला.

"थांब, जेवायला सुरुवात करायच्या आधी श्लोक म्हणायचा असतो."

साउजींनी सुरेल आवाजात श्लोक म्हटला, चित्राहुती घातली आणि जेवायला सुरुवात केली. पानातला पदार्थ संपतो न संपतो तोच माउली पुन्हा वाढत होती. किती वाढायचं आणि केव्हा थांबायचं हे तिला माहीत होतं. न बोलता जेवणं झाली. साउजी आपल्या दालनात निघून गेले. आता निदान दोन तास तरी ते त्या दालनातून बाहेर येणार नाहीत हे माउलीला माहीत होतं.

तिने आवराआवर केली आणि स्वतःचं पान वाढून घेतलं. अजेय तिथेच घुटमळत राहिला. साउली जेवून उठली. खरकटी स्वच्छ केली आणि चित्राहुती बाहेर कावळ्यांना देऊन आली.

पदराला हात पुसत ती ओसरीवर आली.

"बैस. आता हे दोन तास विश्राम घेतील."

"सर्व ठरलेलं असतं?"

"हो. अगदी पहाटेच्या पहिल्या प्रहरापासून ते रात्रीच्या पहिल्या प्रहरापर्यंत."

"जराही बदल होत नाही?"

"नाही. आता सांग, काय करतोस तू?"

"बाबा चित्रकार आहेत. आणि मला पण आवड आहे. चित्रं काढतो मी."

"आणि अजून घरात? म्हणजे आई? भावंडं?"

"मी एकटाच आहे. आणि आई आम्हाला सोडून गेली."

"अरे देवा! तिच्या आत्म्याला शांती..."

"नाही, तसं नाही. ती आम्हाला सोडून गेली दुसरीकडे."

"..."

"सवय झाली आहे मला. तुम्ही कशाला वाईट वाटून घेता? तिला गरिबीचं जिणं नकोस झालं होतं. बाबांना फार काही पैसे मिळत नाहीत."

"कसली चित्रं काढतात?"

"खूप सुंदर!! निसर्गाची, माणसांची, प्राण्यांची. कधी कुणी विकत घेतात. तर कधी कुणी तैलचित्र काढून घेतात. त्या दिवसांत बाबा अगदी आनंदित असतात. हरवून गेलेले असतात. त्या रंगात, त्या माणसाच्या प्रत्येक रेषेत... मला त्यांचं हरवून जाणं बघायला खूप आवडतं."

"त्यांनी तुला चित्र काढायला शिकवलं?"

"नाही. बघून बघून काढू लागलो."

"दाखवशील काही चित्रं मला?"

"नक्की."

"ये तू आता."

"नमस्कार करतो."

तो गेला आणि माउलीला अचानक एकाकी वाटू लागलं. आज जर आपल्याला मूल असतं तर ते इतकंच मोठं असतं, असा विचार मनात येऊन गेला आणि तिने एक उसासा टाकला.

आजची माउलीची दुपार वेगळी होती. नित्य कामं सरावाने चालू होती; पण मन हरवलेलं होतं. 'कुणाला मूल हवं असतं आणि मिळत नाही आणि कुणाला मूल आहे पण त्याची किंमत कळत नाही. की या सर्व गोष्टी व्यक्तिसापेक्ष आहेत? आज इतकी मुलं इथे येतात शागिर्द म्हणून, शिकतात, मोठी होतात, त्यांचं नाव होतं... कित्येक झाली मोठी... पण त्यांच्यापैकी कुणाबद्दल अशी माया का नाही वाटली जशी आज अजेयला बघून वाटली? तो इथे आलेला साउजींना चालणार नाही. आणि मला त्याला बघावंसं वाटत राहणार. उगाच. काहीच कारण नाही; पण तरीही... कदाचित या आपल्या भावना आत्तापुरत्या असतील. उद्या असं काही वाटणारही नाही. उगाच एक खेळ जिवाला.'

विचार चालू होते आणि त्या विचारांचं नंतर हसूही येत होतं माउलीला.

साउजी उठले. ते उठले आहेत म्हणजे संध्याकाळचे चार वाजले आहेत हे नक्की. चांदीच्या पेल्यात गरम हळद घातलेलं दूध तयार होतंच. माउली पेला घेऊन खोलीत गेल्या. तलम शुभ्र रुमाल पेल्याला गुंडाळून त्यांनी तो साउजींच्या हातात दिला.

"तो गेला?"

"कोण? अजेय? कधीचाच."

"पुन्हा असं होता कामा नये. रियाज चालू असताना कुणी असा परका दारात उभा असू नये."

"मी का बोलावलं होतं त्याला?"

"आत यायला सांगितलंत ना?"

"कलेची कदर असेल तर का नाही येऊ? आपले सूर त्याला मुग्ध करतात म्हणजे त्याला जाण आहे ना संगीताची?"

"कृष्णाची बासरी गोपिकांना मुग्ध करायची, म्हणजे त्या सर्व गोपिकांना बासरीची जाण होती असं का म्हणायचं?"

"जाण शिक्षेने येते ना? आधी तर मुग्ध व्हायला होतं. जर मुग्ध होता येत नसेल तर मग कसली जाण आणि कसली शिक्षा? नाही का?"

"अजेय तुम्हाला मुग्ध करून गेलेला दिसतोय."

"पोर नेक आहे. अदब आहे, संगीताची आवड आहे. समजत नसेल त्याला रागदारी; पण सूर, स्वर तर समजतो आहे! मुग्ध... हा फार मोठा शब्द झाला.

मला फक्त इतकंच माहीत आहे की तो श्रोता आहे. उत्तम श्रोता आहे की नाही हे मात्र आपणच सांगू शकाल."

"याचा अर्थ तो इथे येत राहणार तर!"

"आपण जर हरकत नाही घेतलीत तर..."

"तुम्हाला माहीत आहे की..."

"संगीत कुणासाठी आहे? प्रत्येकासाठी ना? आपणच म्हणता ना की कोकीळ गात राहतो, तो हे बघत नाही की त्याचं गाणं कोण ऐकतो आहे? भिकारी, अरसिक, रसिक... त्याला काही फरक पडत नाही. तो त्याचं काम करतो आहे. ज्याला ऐकायचं आहे त्याने ऐकावं, नाही त्याने दुर्लक्ष करावं. कोकिळेला काही नाही त्याचं. निसर्ग जर कुणाला आडकाठी करत नाही तर मग माणसाने तरी का करावी?"

"वा, माउली, आमचंच ज्ञान आम्हाला साभार परत करत आहात."

"असं काही नाही. फक्त आठवण करून दिली. रोजच्या दगदगीत कदाचित विसरायला झालं असेल म्हणून..."

"माउली, छान. तू खरंच सर्वांची माउली झालेली आहेस. अगदी माझीसुद्धा..."

"काहीतरीच. किती दिवसांनी एकेरी हाक मारलीत... कानांना प्रसन्न वाटलं."

"माझा स्वभाव जरा कठोर होत चालला आहे, नाही? शिक्षा देता देता एक कडवटपणा येतो आहे. सूर जरा जरी हलला तरी सहन होत नाही."

"म्हणूनच आपल्या हाती तयार होणारे शागिर्द जगभर नाव काढत आहेत. इतका पक्का सूर..."

"असू दे.. असू दे..."

"मग जर यायचं असेल अजेयला तर येऊ द्यावं ना?"

"शेवटी आपल्या मनाचं खरं केलंत. येऊ दे; पण पडवीत नाही यायचं त्याने..."

"नाही यायचा. तिथे कोपऱ्यात बसून राहील."

"ठीक ठीक. माझी रियाजाची वेळ झाली."

"श्यामने तंबोरा ठेवला आहे तिथे..."

"ठीक.'

माउलीला एकदम उत्साह आला. अजेय जर आला उद्या तर त्याला त्या कोपऱ्यात बसायला द्यायचं, तो कोपरा आणि एक सतरंजी आता त्याच्यासाठी कायमची, असं तिने ठरवूनच टाकलं.

आत्तापर्यंत येणारे सगळे हे साउजींकडे येणारे. माउलीला वाटलं की हा अजेय हा

असा आहे की जो आपल्याकडे येतो आहे. आपल्यासाठी येतो आहे. इतक्या गर्दीत निदान एकतरी, आपल्यासाठी. ही भावना काही वेगळीच होती. ममत्व जागं करणारी होती. आणि आता माउलीला कुणाचीतरी वाट बघण्याची संधी मिळाली. असं नाही की सासर-माहेरचं कुणी नव्हतं. जेव्हा ती नाती होती तेव्हा हा वाडा अगदी गजबजलेला असायचा; पण मग कालानुरूप एक एक जण दूर होत गेले. कुणी परदेशी तर कुणी परलोकी. राहता राहता राहिले माउली आणि साउजी. आधी सर्व भकास वाटायचं. इतका मोठा वाडा अंगावर यायचा. एक एक करून सर्व खोल्यांना कुलपं लागली आणि दोन खोल्या तेवढ्या वापरात राहिल्या. साउजी जेव्हा मैफलीला जायचे तेव्हा तर या वाड्यात राहणं नको होऊन जायचं. मग हळूहळू त्याचीही सवय झाली. आणि मग इतकी सवय झाली की या वाड्याबाहेर पण एक जग आहे हे माउली साफ विसरून गेली.

'आईविना पोर म्हणून अजेयबद्दल इतकं वाटत आहे का? की त्याची अदब आपल्याला भावली आहे? अदब तर इथे येणाऱ्या प्रत्येक व्यक्तीत असते. असायला हवीच. यांचा खाक्या आहेच तसा. आणि शिवाय यांचं संगीत! मग असं काय आहे अजेयमध्ये? आजच भेटला. असंही नाही की ओळख होती आधीपासून. का कुठे त्याला बघितलं होतं. काही काही माणसं अशीच नातं निर्माण करतात, एकाच नजरेत. किती विचार करतो आहोत आपण त्याचा. छे! हे योग्य नाही. एक श्रोता, बास!'

माउलीने विचार झटकून टाकले. साउजींचा शांत गंभीर सूर ऐकू येऊ लागला तशी त्या बाहेर आल्या आणि ओटीवर खांबाला टेकून बसल्या. मन शांत झालं. डोळे मिटले गेले. एका त्या सुरांपलीकडे आता काही ऐकू येत नव्हतं. जणू त्या स्वत:च सूर झाल्या.

अजेय घराच्या दिशेने चालू लागला. आज प्रथमच तो वाड्यात गेला होता. आपल्याला कधीकाळी आत जाता येईल असं त्याला वाटलंच नव्हतं. त्याची तशी अपेक्षाही नव्हती. अपेक्षा नव्हती म्हणूनच चांगलं होतं, त्यामुळेच आजचा त्याचा हा दिवस त्याला अद्‌भुत वाटत होता. घराचं दार उघडं दिसलं तशी त्याला नवल वाटलं. बाबा घरी कसे काय या वेळेला?

"बाबा,"

"अजेय, कुठं गेला होतास?"

"कधी आलात?"

"बराच वेळ झाला. आज काही मन लागेना. आलो निघून."

"बरं वाटत नाहीये का?"

"नाही, तसं काही नाही. मी ठीक आहे; पण आज रंग मनाला रंगवत नव्हते. आलो परत. तू कुठे होतास?"

"वाड्यावर."

"साउजींच्या? आणि त्यांनी तुला आत घेतलं?"

"हो बाबा. इतकंच नाही तर माउलींनी जेवू पण घातलं."

"कसं काय? त्यांना तर असं काही चालत नाही."

"मी रोजच्यासारखा बाहेरून रियाज ऐकत होतो. तितक्यात लक्ष गेलं त्यांचं. मला आत बोलावलं. साउजी जरा नाराज होते; पण माउलीने गळ घातली. तशी एका कोपऱ्यात बसायला जागा दिली. मग रियाज संपला आणि जेवायला थांबवून घेतलं."

"कसा वाटला रियाज?"

"दाखवू?"

"जरूर."

उत्साहाने अजेयने कोरा कागद आणि पेन्सिल हातात घेतली आणि हां हां म्हणता एक आकृती त्यावर उमटली. ती स्त्री होती. शालीन, अर्धा चेहरा पदरात लपलेला आणि ओठांवर एक हलकंसं हसू...

"वा!! बहार!"

"ते संगीत असं होतं बाबा. शुद्ध, स्वच्छ, शालीन, अधोमुखी."

"कमाल केलीस पोरा."

"बाबा, मला रोज ऐकायचा आहे रियाज."

"शक्यता कमी वाटते आहे."

"मी उद्या त्यांना दिसणार नाही असा उभा राहीन."

"लपून काही करू नकोस बाळा. आपण काही चोरी करत नाही. एका कलेची कदर करतो आहोत हे विसरू नकोस. ती कला तू तुझ्या या रेषांमधून प्रकट करतो आहेस. भाव प्रकट करण्याची प्रत्येक कलाकाराची पद्धत, रीत निरनिराळी असते. त्यांची गायनातून आहे, तुझी चित्रातून आहे. या आधीची चित्रं काय केलीस?"

"ठेवली आहेत; पण आज काही वेगळंच चित्र उमटलं आहे."

"कारण आज तू त्या सुरांना प्रत्यक्ष, समोरासमोर भेटलास. भिडलास."

"बाबा, मला ते सूर फार मोहवतात."

"मलाही. क्वचित येता-जाता ऐकलं आहे मी ते स्वर्गीय संगीत. तुझं पोट तर भरलेलं आहे. आता माझ्या पोटाचा विचार करू या?"

"आत्ता वाढतो बाबा तुम्हाला."

श्यामने साउजींचं धोतर काठाच्या बाजूने दुमडत निऱ्या करून ठेवलं. घंगाळात पाणी उपसून ठेवलं आणि बैठक स्वच्छ करण्यासाठी तो पडवीत गेला. साउजी स्नान-संध्या आवरून पडवीत आले. श्यामने कोमट पाणी, चहा आणि पोह्यांची बशी समोर आणून ठेवली. तंबोरा गवसणीतून बाहेर काढला आणि हळुवार हाताने पुसू लागला.

"तारा जप रे."

रोजच्यासारखी सूचना साउजींनी आजही त्याला दिली. आणि जराही मनात राग न धरता तो हलकेच मान हलवत रोजच्यासारखा 'हो' असं म्हणाला. खरंतर त्याला तंबोरा पुसायचा रियाज होता. आज कित्येक वर्षं दररोज तो हे काम करतो आहे. एखादा मनातल्या मनात तरी चिडला असता. काय रोज रोज तेच सांगता? पण नाही. श्याम शांत असायचा, जसा तो आत्ताही शांत आहे.

लोड, पानदान, मांडीवर घालायची शाल, पिकदाणी आणि तारांना लावायची जवारीची डबी सर्व काही जागच्या जागी ठेवून तो निघून गेला. आता त्याचं पडवीतलं काम संपलं होतं. अजून बरोबर दहा मिनिटांनी कप आणि ताटली उचलण्यासाठी त्याने पडवीत जायचं आहे.

तारांचा टणत्कार ऐकू येऊ लागला. म्हणजे आता शागिर्द येण्याची वेळ झालेली आहे. माउलीने सहज घड्याळात बघितलं. हे तिचं रोजचं आहे. तिलाही माहीत आहे की ज्या अर्थी हा नाद ऐकू आला त्या अर्थी सात वाजले आहेत. रोज याच वेळेला आपण तरी घड्याळ का बघतो नेमाने हे तिलाही कळत नाही; पण नजर जातेच. सात वाजले.

अंगणात शिंपण, रांगोळी करण्याचं काम माउलीचं. तिच्यासाठी ते काम नाही तर आनंदाचा भाग आहे. छान सूर ऐकू येत असतात, प्रसन्न असतं वातावरण. सोबतीला पक्ष्यांचं संगीत असतंच. रांगोळीचा एक एक ठिपका म्हणजे एक एक स्वर. आणि मग एक तान म्हणजे त्या ठिपक्यांना जोडणारी रेषा.

रियाजाला सुरुवात झाली तशी उगाचच माउली अजेयची वाट बघू लागली. आज येईल का तो? माउली तशीच बसून राहिली. अंगण आता उजळू लागलं होतं. कोवळी सूर्यकिरणं अंगणात उतरू लागली होती. झाडांच्या पानांच्या मधून जशी जागा मिळेल तशी...

खरंतर सकाळ प्रसन्न होती. भूपाळीचे सूर उलगडत होते. तरी माउलीला खिन्न वाटू लागलं. कधी नव्हे ती आनंदाची जागा आज उदासीनतेने घेतली.

'का यावासा वाटतो आहे तो आपल्याला? जर आपल्याला आज मूल असतं तर! किती मोठं असतं? अजेयइतकं? की त्याहून मोठं? अंगणात नातवाची

छोटी छोटी पावलं उमटली असती. त्याहीपेक्षा आपल्याला मातृत्व मिळालं असतं. अजेयला आई नाही म्हणून का वाईट वाटत आहे? की आपल्याला मूल नाही म्हणून वाईट वाटत आहे? सगळा गोंधळ झाला आहे कालपासून. तो आला तरी हे त्याला बसू देतील? मागे कोपऱ्यात बसू देतील; पण समक्ष बसलेलं नाही खपणार त्यांना. काल एक दिवस मान ठेवला त्यांनी आपला; पण रोज रोज ठेवतील असं मात्र अजिबात नाही. नकोच यायला त्याने. उगाच अपमानित व्हायचा. तो आणि आपणही.'

माउलीने विचार झटकून टाकले आणि त्या स्वयंपाकाच्या कामाला लागल्या. आवाज न करता स्वयंपाक करण्याची कला तिने कधीचीच आत्मसात केलेली होती. कुठे भांड्यांचा आवाज नाही ना कुठे झारा आपटल्याचा आवाज. फोडणीचा गंध मात्र अगदी बाहेरपर्यंत दरवळायचा.

सकाळ शांत गेली. तो आला नाही. माउली तिच्या रोजच्या कामात व्यस्त झाली. निदान आठवडा तरी तसाच गेला. अजेय आला नाही आणि हळूहळू माउली त्याला विसरली. पहिल्या दिवशी लागलेली रुखरुख नंतर लागेनाशी झाली. एक मुलगा येतो काय, त्याचे भाव, त्याची अदब आपल्याला भावते काय आणि उगाच आपण त्याची वाट बघत राहतो काय! सगळं तिला अजब वाटत होतं. नंतर तेही वाटेनासं झालं होतं. ती विसरली.

वाडा नित्याच्या दिनक्रमात व्यस्त होता. कुठे मैफलीसाठी आमंत्रण आलं तर साउजी बाहेर जात. बाहेरगावी जायचं असेल तर दोन-तीन दिवस वाड्यात शांतता असे. माउलीला त्याची पण सवय झालेली होती. त्या वाड्यात सूर इतके भरून राहिले होते की कुणी तारा नाही छेडल्या तरी कानाकोपऱ्यात दडून बसलेले सूर बाहेर पडत आणि एक नाद भरून राही.

आत्ताही साउजी बाहेर गेले होते. निदान चार दिवस तरी परतणार नव्हते. वाडा शांत होता.

"बाबा, या चित्रात काहीतरी कमी वाटतं आहे."

"बघू. हं, तूच सांग, काय कमी आहे?"

"मला नाही ना समजत. तुम्ही सांगा ना."

"तू रागदारी व्यक्त करतो आहेस."

"हो."

"कुठला समय दाखवायचा आहे?"

"कातरवेळ."

"त्या वेळी आभाळ कसं असतं?"

"निळासावळा रंग आणि थोडासा फिकट गुलाबी."

"आणि आकाशात काय असतं तेव्हा?"

"चांदण्या, अस्पष्ट."

"हे क्षितिज दाखवतो आहेस. आणि क्षितिजावर उमटलेली ही तुझी गायिका... तंबोरा. ती पाठमोरी आहे. म्हणजे तिची नजर क्षितिजाकडे आहे."

"हो."

"एक बारीकशी चंद्रकोर हवी आहे तिथे दूरवर. मावळतीकडे."

"वा बाबा. पुसटशी चंद्रकोर."

"बरोबर. समज पहाडी राग गाते आहे. रिमझिम पाऊस आहे. ढगातून चंद्रकोर नुकतीच चिंब भिजून बाहेर आलेली आहे आणि समोर हा अथांग समुद्र आहे."

"बाबा..."

"एक चंद्रकोर! बस, चित्र चित्र राहणार नाही मग. राग होऊन जाईल."

"बाबा, एक विचारू?"

"जरूर."

"तुम्हाला गायनातलं, रागदारीतलं इतकं कसं माहीत?"

"माझे आजोबा मोठे कीर्तनकार होते. फार मोठा मान होता त्यांना. त्यांची गायकी अशी होती की... पण त्यांनी स्वत:ला भक्तिरसात पार बुडवून टाकलं होतं. नाहीतर ते मोठे गवय्ये झाले असते. कीर्तनात फार काही मिळत नसे त्या काळी. गरिबीच होती. माझ्या वडिलांना मात्र गाणं कधी आवडलं नाही. रागच करायचे ते; पण मला आवड होती. मी शिकलो होतो गाणं आजोबांकडून. सर्व रागदारी माहीत आहे मला. आता जेव्हा तू ही चित्रं काढतो आहेस, मला अतिशय आनंद होतो आहे; कारण तुझ्या चित्रात मला ती रागदारी दिसते."

अजेयने बाबांना नमस्कार केला. मग चक्क मिठी मारली. एक चंद्रकोर ढगातून जराशी बाहेर आली आणि चित्राला जिवंतपणा आला. अजेयच्या डोळ्यांत पाणी तरळलं.

"माउली."

"काय रे श्याम?"

"तो आला आहे त्या दिवशीचा पोरगा."

"कोण? अजेय?"

"काय की? तुम्हाला भेटायचं आहे म्हणतो आहे."

"आले म्हणून सांग."

माउलीला आश्चर्य वाटलं. इतक्या दिवसांनी याला कशी काय आठवण आली?

“काय रे अजेय?”

“नमस्कार माउली.”

“नमस्कार. कसं काय येणं केलंस?”

“रियाज चालू आहे ना? ऐकू का?”

“म्हणजे... तुला सांगू तर...”

“काही अडचण आहे का?”

“तसं नाही; पण यांना विचारायला हवं. त्यांचं काय आहे की रियाज चालू असताना कुणी असं न गाणारं समोर असेल तर त्यांना ते खपत नाही.”

“मी समजू शकतो. कुठला राग शिकवत आहेत आता?”

“ठुमरी. तुला राग माहीत आहेत?”

“थोडे थोडे.”

“तुला गाणं शिकायचं आहे का?”

“मी कुठे गाऊ शकणार? आवाज नाहीये मला तसा; पण ऐकायला आवडतं ना. म्हणून.”

“तू उद्या ये. मी यांना आज विचारून ठेवते.”

“बरं. किती वाजता येऊ?”

“सकाळी सात वाजता सुरुवात होते.”

“मी येईन सात वाजता.”

“निघालास?”

“निघतो. इथे थांबलो तर चोरून ऐकतो आहे, असं वाटेल.”

“चहा घेणार?”

“नको माउली. येतो उद्या. नमस्कार करतो.”

तो गेला आणि माउली अस्वस्थ झाली. चांगली विसरली होती त्याला. त्याच्या येण्याने तिला पुन्हा काहीतरी वाटू लागलं. पुन्हा एकदा आपण निपुत्रिक आहोत हे बोचू लागलं.

काही समजेना काय झालं आहे. इतकी वर्षं काढली निपुत्रिक म्हणून. सुरुवातीला वैषम्य वाटत होतं. दुःख झालं. मग काळाने त्या दुःखावर फुंकर घातली. गावातली तोंडं बंद झाली हळूहळू. जसं मी स्वीकारलं तसं गावानेही स्वीकारलं. स्वीकारलं फक्त. कुठे कुणाच्या घरी ओटीभरणाला, बारशाला नाही कुणी बोलावलं. आपण मान्य केलं. राग नाही धरला मनात. यांच्या गाण्याने मोठं नाव मिळवून दिलं. ते मोठेपण आपल्याला पण चिकटलं. इथे येणारे शागिर्द आपणहून माउली म्हणू लागले. आणि मग पूर्ण गावाची माउली झालो. जेव्हा

पहिल्यांदी माउली अशी हाक आली होती तेव्हा शहारून गेलो होतो आपण. काय ताकद आहे त्या शब्दात! ज्ञानेश्वर, विठ्ठल.. माउली. आणि मग आपण, माउली. शांत झालो. स्थिरावलो. मग आताच काय झालं असं? अजेयला बघून इतकं ममत्व का येतं?

"माउली, पानं घ्यायची ना?"

"इतक्यात?"

"रियाज संपला आहे माउली. आणि साउजी नित्याप्रमाणे देवपूजा करत आहेत."

"हो का? लक्षातच आलं नाही बघ, श्याम."

"बरं नाहीये का माउली? आज पहिल्यांदाच."

"ठीक आहे, मी घेते पानं."

साउजी आले तशी माउलीने भाताची मूद पानात वाढली. वरण आणि तूप वाढलं. चित्राहुती काढून, आचमन घेऊन साउजी जेवू लागले.

"कोण आलं होतं मघा?"

"अजेय."

"तो, त्या दिवशीचा चित्रकार?"

"हो."

"काय म्हणत होता?"

"आपला रियाज ऐकायचा आहे असं म्हणत होता."

"नकार दिलास ना त्याला?"

"आपल्याला विचारून सांगते, असं म्हणाले."

"माउली, तुला माहीत आहे..."

"हो. सर्व माहीत आहे. व्यत्यय येतो, ध्यान लागत नाही. अडथळा येतो."

"फक्त मलाच नाही तर इतर शागिर्दांनासुद्धा. त्यांचं मन विचलित होऊन नाही चालणार. ते शिकत आहेत आणि शिकण्यासाठी एकाग्र होता येणं हे आवश्यक आहे."

"मान्य आहे मला; पण मी काय म्हणते की बसेल तो एका कोपऱ्यात. इतरांना दिसणार नाही असा. आपली मैफिल ऐकायला जाण्याइतकी परिस्थिती नाही त्याची. आणि आपल्या मैफलीत त्याला कुणी येऊ पण देणार नाही. फार आवड आहे त्याला. आणि त्याला रागदारी माहीत आहे. राग कळतात त्याला. थोडेफार."

"कसं काय?"

"ते तर नाही विचारलं मी; पण तो तसं सांगत होता. ऐकावं इतकं माझं. येऊ द्यावं. तो गप्प बसून राहील याची मला खात्री आहे. फार गुणी मुलगा वाटतो तो मला."

"आपले शागिर्दसुद्धा गुणीच आहेत."

"हो. पण..."

"वसू, काय झालं आहे तुला?"

"किती दिवसांनी नाव घेतलंत माझं. मी तर माझं नाव विसरूनच गेले होते."

"जगाची माउली झाली आहेस तू."

"हो. झाले आहे खरी; पण तरी कोरीच राहिले."

"वसू..."

"अजेयला बघितलं पहिल्यांदी तेव्हा काहीतरी झालं मनात. हृदयात. वाटलं, आपलं मूल असंच असतं. याच वयाचं. जर असतं तर. मग तो पुन्हा आला नाही आणि मी शांत झाले. आज तो आला आणि पुन्हा एकदा त्या भावना उचंबळून आल्या."

"वसू, ते शल्य मलाही आहे. तू जाणतेस."

"हो; पण आपण असता व्यग्र."

"करवून घेतलं आहे स्वतःला तसं वसू. आणि नाकारू कशाला? वरपांगी कणखर दिसणारा मी आतून मात्र शून्य आहे. निपुत्रिक मीसुद्धा आहे हे तू विसरू नकोस. माझं वावरणं हे एक कवच आहे."

"कधी बोलला नाहीत?"

"दोघांचं दुःख एकच आहे. वेगळं सांगायला हवं का? तू-मी आतून एकच तर आहोत."

"हं."

"येऊ दे त्याला. ऐकू दे त्याला. माझी हरकत नाही. मुलगा गुणी आहे हे मीसुद्धा जाणलं आहे."

"खरंच?"

"हो. आता दही वाढणार ना?"

"अगं बाई. वाढते हं!"

माउली उत्साहित झाली. इतक्या सहजी परवानगी मिळेल असं तिला वाटलं नव्हतं. आणि भर ओसरला तशी तिला जाणीव झाली साउजींच्या एकाकीपणाची. दोघे एकाकी. एकत्र असूनही; पण पुन्हा आनंदली; कारण आज त्यांनी कितीतरी वर्षांनंतर तिला वसू म्हटलं होतं. ती तिच्या वेदना क्षणात विसरून गेली."

"बस."

"साउजी, मी शांत बसून राहीन."

"तुला रागदारी समजते असं माउली म्हणत होत्या."

"माझे पणजोबा कीर्तनकार होते. खरंतर ते चांगले गायक झाले असते; पण त्यांनी त्यांची भक्ती त्यांच्या गायनातून व्यक्त केली."

"काय नाव?"

"तात्या म्हणत त्यांना."

"सावजी?"

"माहीत आहेत ते आपल्याला?"

"ऐकून आहे. बस तिथे. तू गातोस?"

"नाही."

"म्हणजे फक्त आवड आहे म्हणून..."

"खरं सांगू तर मी चित्र काढतो. आपले जे राग आहेत, ते प्रहराप्रमाणे बदलत जातात. माणसाच्या स्वभावात प्रहरागणीक बदल होत जातात. ते राग आणि ती मानसिकता मी चित्रातून मांडण्याचा प्रयत्न करतो आहे. ऋतूनुसार बदलत जाणारे राग... चित्रातून व्यक्त करतो आहे."

"चांगलं आहे. कुठलीही कला जर प्रामाणिकतेने आणि मनाच्या गाभ्यापासून व्यक्त झाली तर इतरांच्या मनाचा ठाव घेणारच; पण त्यापेक्षा स्वतःच्या मनाला शुद्ध करत जाणार. उच्च करत जाणार. तू येत जा. आणि केव्हातरी चित्र आण दाखवायला."

"जी."

अजेयसाठी ही मोठी पर्वणी ठरली. तो आनंदला. आपली जात कुठेही आड आली नाही याचाही त्याला आनंद झाला. इथे फक्त कलेची साधना होते, जातीला शिरकाव करायला इथे वाव नाही, तो सुखावला.

ललत मंत्रमुग्ध करत राहिला. बारीकसारीक हरकती त्याच्या आत खोलवर जात राहिल्या. जसा तो घरी पोचला त्याने आधी पेपर हातात घेतला. रेषांना एक लय आली. चित्रातल्या स्त्रीचे डोळे, तिच्या बंद पापण्या. ती समाधी लागल्यासारखी दिसू लागली. डोक्यावरून जरासा खाली उतरलेला पदर, एक हात तंबोरा धरलेला आणि तिची निमुळती बोटं, तारांवर स्थिरावलेली. आणि एक हात कोपरा मुडपून वरच्या दिशेने, सूर आभाळ छेदतो आहे, असं दर्शवणारा. झरझर हात फिरत होता. सकाळचा सूर्य, उगवता सूर्य, डोंगराच्या आडून वर येणारा

आणि त्याची सोनेरी किरणं तिच्या चेहऱ्यावर पांघरलेली. पदराला एक हलकासा काठ देऊन त्याने चित्र पूर्ण केलं.

"सकाळचे बरेच राग आहेत अजेय."

"बाबा, मी आज ललत ऐकून आलो आहे."

"छान. सुरेख राग. नी रे ग म , म ग, म ध नी सा."

"तुम्हाला आठवतं आहे?"

"चित्र छान आलं आहे. त्या स्त्रीच्या जवळ मातीत जमिनीवर एक उमललेलं प्राजक्त दाखव."

"वा बाबा."

"उद्या कुठला राग आहे?"

"बहुतेक ललतच असेल. एक राग निदान दहा-बारा दिवस तरी शिकवत असतात."

"छान. मग उद्या जाणार आहेस?"

"रोजच जाईन म्हणतो. ऐकायला गोड वाटतं. कदाचित हळूहळू माझ्याही गळी उतरेल."

"तर मग शिष्यत्व घे."

"बघतो. तिथे येणारे शागिर्द अगदी लहानपणापासून शिकत आहेत. त्यांच्या आवाजाची सर मला येणं शक्य नाही."

"स्वानंद म्हणून शिक हवंतर. कुठे मैफली करायला जायचं आहे आपल्याला?"

"बघतो."

"काय आहे आज पोटपूजेसाठी?"

"भाकरी, पिठलं आणि ठेचा."

"मस्त बेत. चला."

"बाबा, तुम्हाला कधी आईची आठवण येत नाही?"

"येते. क्वचित. तिचं पण बरोबर होतं. तिला सुखात नाही ठेवू शकलो मी. तिने तिचा मार्ग धरला. हरकत नाही."

"बाबा..."

"तू पैशासाठी म्हणून तुझी कला राबवू नकोस; पण पैशासाठी काही वेगळं मात्र नक्की कर. संसार म्हटला की हे आवश्यक आहे."

"लग्नाचा विचारच नाहीये माझा."

"मग काय? आयुष्यभर तुझ्या या अर्धवट जळलेल्या, अर्ध्याकच्च्या भाकऱ्या खायच्या आपण?"

"त्याही तुम्हाला गोड लागतात."

"खरं आहे. अगदी खरं. बिचारी तुझी आई. तिला माहीत नाही की ती किती महान सुखाला मुकली आहे. मुलाची माया हरवून बसली बिचारी."

"पण मला आईचं प्रेम खूप मिळतंय बाबा. इथे तुमच्याकडून आणि तिथे माउलीकडून."

"आज आपण मध्यान्हीचे राग शिकणार आहोत."

"जी."

"शुद्ध सारंग. वेळ सकाळी नऊ ते दुपारी बाराच्या दरम्यान. दिवसाचा द्वितीय प्रहर. विश्रांती स्थान... नी रे प नी. सा नी प रे मुख्य अंग – नी सा रे म म प, म प म रे, रे नी नी सा नी ध रे सा आणि आरोह अवरोह – नी सा रे म प नी सा – सा नी ध प म प म म रे सा नी सा समजलं?"

"जी."

"सुरू करू या..."

चित्र उमटू लागलं. स्वच्छ, कुठेही गूढता नाही. जे काही दाखवायचं आहे ते स्पष्ट. ताजं, टवटवीत. बागेला पाणी घालणारी युवती. तारुण्यात पदार्पण करणारी. फुलांना आलेला बहर. आणि तीसुद्धा बहरलेली.

राग शंकरा... बिलावत थाट. शंकरासारखा, तांडव करणारा. मध्यरात्र. वीररस असलेला राग.

आणि चित्र उमटू लागलं. काळोख. तेवणारी पणती आणि त्यात तांडव करणारा शंकर. त्याचे उग्र डोळे. क्रोधित. केस मोकळे, त्रिशूळ त्या पणतीच्या प्रकाशात लखलखणारं.

राग मल्हार. पावसात चिंब भिजणारी युवती. शहारलेली. तिची वस्त्रं पारदर्शक आणि त्यातून खुलणारं तिचं यौवन...

राग पिलू. ममत्व, प्रेम. एखादी माता तिच्या अर्भकाला निजवते आहे. असं काहीसं.

एक एक चित्र उमटत जात होतं आणि अजेय भारावून जात होता. राग गायला जात असताना त्याच्या डोळ्यांसमोर त्याचं चित्र प्रकट होत होतं. कधी एकदा घरी जातो आणि त्या चित्राला रेखित करतो असं त्याला होऊन जायचं.

महिने सरत होते. आता माउलीला आणि साउजींना त्याची सवय झाली

होती. अजेय दिसला नाही की दोघांना रुखरुख लागून राहायची. त्याला यायला जर उशीर झाला तर रियाजाला उशीर होऊ लागला. आत्तापर्यंत असं कधी झालं नव्हतं. वेळ कधी चुकली नव्हती.

"अजेय आला नाही अजून?"

"येत असेल."

"त्याला वेळ माहीत आहे. मग उशीर करून कसं चालेल? शागिर्द खोळंबले आहेत."

"तुम्ही करा सुरुवात. येईलच तो."

असा संवाद घडू लागला. मग तो निघताना त्याला बजावलं जाऊ लागलं, उद्या वेळेवर यायचं. आणि जर कधी तो येणार नसेल तर त्याने आदल्या दिवशी तसं सांगून जायचं, अशी गोड ताकीद मिळू लागली.

अजेयला आता वेळ मिळेनासा झाला होता. चित्रं पूर्ण झाली होती. सर्व भावना काम, क्रोध, प्रेम, वात्सल्य, खिन्नता चितारून झालेली होती. त्याला आता वेध लागले होते त्या चित्रांना कुणी पसंत करावं. त्याने ऐकलं होतं की शहरात अशा चित्रांची प्रदर्शने भरतात. कसंही करून तिथपर्यंत पोचावं अशी आस त्याला लागली होती.

त्याच खटपटीत तो काही दिवस व्यस्त होता. वाड्यावर जायला त्याला वेळ मिळाला नव्हता.

प्रत्येक चित्रावर वर्तमानपत्राचं आवरण करण्यात तो गुंग होता. दाराशी काळोख दाटला तशी त्याची नजर दाराकडे गेली. तर दारात साउजी उभे असलेले दिसले. तो चकित झाला आणि धावत दाराशी गेला. त्याने साउजींना खाली वाकून नमस्कार केला. खोलीत एकमेव धड खुर्ची होती ती त्याने आदराने त्यांच्या पुढे केली.

"कामात आहेस?"

"नाही साउजी; पण... पाणी आणतो."

"असू दे. असू दे. आला नाहीस बरेच दिवसांत वाड्यावर? माउली रोज तुझी आठवण काढत असते. म्हणून तुला बघायला आलो. प्रकृती तर ठीक आहे ना?"

"हो."

"का नाही आलास?"

आणि मग त्याने त्याच्या प्रदर्शनाच्या प्रयत्नांबद्दल त्यांना मोकळेपणाने सांगितलं.

"बघू तरी तुझी चित्रं... त्यापेक्षा असं का नाही करत? घेऊन ये सर्व चित्रं वाड्यावर. माउलीला पण बघू देत."

"जी. येतो."

"उद्या सकाळी ये. नेहमीच्या वेळेला. उद्या रियाज नाहीये."

"जी."

अजेयला आश्चर्य वाटलं आणि आनंद पण झाला. या सर्व चित्रांचे खरे जनक साउजी होते. त्यांच्या गायनामुळे आपण प्रेरित झालो तर सर्व श्रेय त्यांनाच आहे. या आधीच जायला हवं होतं सर्व चित्रं घेऊन असं त्याला वाटू लागलं.

"आला गं अजेय."

"काय रे? विसरलास वाडा?"

"नाही माउली. कसा विसरेन? जरा कामात होतो. आणि..."

"असू दे. चित्रं आणली आहेस ना? दाखव..."

एक एक चित्र मनावर बिंबू लागलं. गारूड केल्यासारखं. सुरेख, सुरेख... शब्द अपुरे पडू लागले. रागदारी उलगडत जाऊ लागली.

"हे काय आहे?"

अचानक साउजींचा आवाज चढला. अजेय घाबरला.

"काय आहे हे चित्र? एक नग्न बाई दाखवतो आहेस? रागदारीवर आधारित चित्रं आहेत ना ही तुझी? कुठला राग असा नग्न आहे?"

"साउजी, नग्न नाहीये. ममत्व आहे. आई आपल्या बाळाला स्तनपान..."

"हे कुठल्या रागात दिसलं तुला?"

"पिलू. रागाचं नाव पण बघा ना साउजी... पिलू. पिल्लू आहे हे या मातेचं."

"खबरदार...माझ्या सांगीताला तू नग्न केलं आहेस. काहीही संबंध नाही या चित्रांचा आणि माझ्या संगीताचा. चालता हो इथून आणि पुन्हा कधीही येऊ नकोस."

"साउजी..."

"अहो, ऐका त्याचं."

"काय ऐकायचं आहे? त्या बाईचा चेहरा बघ..."

"बघते आहे."

"तो तुमचा चेहरा आहे. त्याने तुम्हाला हे असं बाजारात मांडायचं ठरवलं आहे."

"नाही साउजी. अजिबात नाही."

"तू चालता हो. आत्ताच्या आत्ता. आणि हे चित्र... हे चित्र..."

साउजींनी ते चित्र तिथल्या तिथे फाडून टाकलं. तुकडे तुकडे केले.

अजेय मान खाली घालून निघून गेला. गेला तो कायमचाच.

माउली रडू लागली.

"तुम्हाला काय झालं रडायला?"

"असेल कदाचित तो माझा चेहरा. असेल; पण त्या चेहऱ्यावरचे समाधानाचे भाव नाही बघितले तुम्ही. त्याने मला मातृत्व दिलं आणि तुम्ही ते हिरावून घेतलं. पार तुकडे करून टाकलेत त्याचे. प्रत्यक्षात नाही पण निदान चित्रातून तरी स्तनपान देताना काय सुख मिळू शकतं हे त्या अननुभवी पोराने जाणलं. ही किमया त्याची नाही, तुमच्या सुरांची. ते सूर ऐकताना तो बाळ झाला. त्याने ते स्तनपान अनुभवलं. तुमच्या सुरांतून. तो खरा कलाकार आहे साउजी. आणि तुम्ही मात्र फक्त गायक राहिलात. कोरडे."

साउजी अचानक शांत झाले. एकदम रिते. त्यांनी अंगणात बघितलं...

त्या तुकड्यांतून एका तुकड्यात तो पूर्णत्व गवसलेला सुखद, तृप्त चेहरा डोकावत होता.

◆

वांझ

"हे असं का होत चाललं आहे हे काही मला कळत नाही."

"म्हणजे काय होतंय?"

"आता साध्या गोष्टींना मी अति महत्त्व देते आहे की गोष्टी खरोखर मोठ्या आहेत म्हणून अति महत्त्व देते आहे?"

"जरा समोरच्याला समजेल असं बोल रोणू."

"मी लबाड आहे का?"

"आहेसच. अगदी लहानपणापासून."

"दी, तू उगाच मला अजून ..."

"रोणू, चहा घे. मी बागेत जाऊन येते. मग बोलू."

"दी, रोज जायलाच हवं का चालायला? आज नाही गेलीस तर काही हरकत आहे?"

"जायला हवं. आणि माझी इच्छा आहे म्हणून जाते आहे. नेम म्हणून नाही जात. येते जाऊन."

रोणूला कमालीचा संताप आला. या क्षणी तिला दी हवीच होती. तिच्याशी बोलायचं होतं. आणि मनातल्या अस्थिरतेला मोकळं करायचं होतं. शोण समजतो काय स्वत:ला, असा प्रश्न सारखा तिच्या मनात येत होता आणि ...ती निघालीच. आज दीला नाहीच मोकळं जाऊ द्यायचं असं तिने पक्कं ठरवलं.

दी कुठल्या बागेत जाते हे रोणूला माहीत होतं. दार मागच्या मागे लोटून घेऊन तीही ताडताड निघाली. पावलं दाणदाण पडत होती. प्रत्येक पावलाला मग ती जरा शांत शांत होऊ लागली. बागेत पोहोचेपर्यंत रोणू एकदम शांत झालेली होती.

बागेला एक चक्कर घातली तिने आणि मग मन हलकं झालं. अचानक तिला सुरेख गंध आला. कुठल्या फुलांचा हा गंध? काय की? आधी जरा जलद मारलेली चक्कर.. दुसऱ्या फेरीला पावलं रमतगमत पडू लागली. मग रोणूला साखळ्या लावलेले झोपाळे दिसले. घसरगुंडीवर घसरत घसरत हसणारी मुलं दिसली.

तिसरी चक्कर मारताना बागेतलं मंदिर दिसलं तशी ती थांबली. याच मंदिरात कधी आज्जी यायची हे तिला आठवलं. चपला काढून ती मंदिरात गेली. प्रत्येक वयाच्या माणसांच्या गर्दीने भरलेली ती बाग; पण मंदिर मात्र एकाकी होतं.

सीतेचं मंदिर कुठे असतं का? तेही रामाशिवाय? पण इथे आहे. म्हणून एकाकी आहे का ते मंदिर? राम-लक्ष्मण-सीता आणि त्यांच्या पावलांशी नतमस्तक

होऊन बसलेला हनुमान. हेच चित्र सतत. त्या मंदिरात तसं चित्र आहे; पण एका कोपऱ्यात कुठेतरी. सहजी दिसून येणार नाही असं. ती सीता पण जराशी काळवंडलेली आहे. कधी कोणीतरी येऊन पूजा करून जातं...

रोणू तिथे बसली. शांत वाटत होतं. दूरवर कोलाहल होता आणि मंदिरात शांतता... गारवा पण होता. रोणू हसली स्वत:शीच.

का इतकी रागावले होते मी? राग शोणबद्दल आणि दीशी भांडण. उगाच. उद्या दीचं लग्न होईल. मग कुणाशी भांडणार? बाईजी आणि आबा? ना. त्यांच्याशी काय भांडणार? शोण असं का करतो पण? भेटायला येणार होता बाईजी-आबांना तर आलाच नाही. लग्न करणार नाही का तो माझ्याशी? दीचं लग्न होईल पुढल्या महिन्यात. ती असताना शोण यायला हवा. आज इतकी भांडले आहे त्याच्याशी... उद्या तरी बोलेल का तो? फोनसुद्धा घेत नाहीये माझा. जाऊ का सरळ त्याच्या घरी?

'दी दिसली कशी नाही बागेत? तीन फेऱ्या मारल्या तर कुठे तरी दिसायला हवी होती ना...! बागेतच आली आहे ना? दी खोटं का बोलेल? इतकी मोठी बाग... मी एक फेरी मारत असताना तीही फेरी मारत असणार. मी इथे आणि ती असेल तिथे... दुसऱ्या टोकाला.

'दी, मी आले आहे बागेत. मला भेट. इथे देवळात बसले आहे.'

"तू इथे काय करत्येस?"

"आले, तुला भेटायला."

"राग शांत झाला?"

"तुझ्यावर रागावले नव्हतेच."

"शोणवर रागावली होतीस..."

"हो."

"का?"

"आज येणार होता तो बाईजी-आबांना भेटायला. दी, तुझ्या लग्नाआधी शोणने..."

"पण हा तुझा हट्ट कशासाठी? त्याला जेव्हा सोयीचं वाटेल तेव्हा येईल तो."

"तुला माहीत आहे ना, आबांचा विरोध आहे ते? त्यांना नाही तो पसंत."

"म्हणून तू काय ऐकणार आहेस का?"

"पण काय वाईट आहे तो? चांगला शिकलेला, नोकरी करतो, उत्तम पगार आहे."

"जात आडवी येते आहे."

"प्रेम काय जात बघून होतं?"

"नाही. पण..."

"म्हणून तू हवीस दी."

"आणि माझंही नाही ऐकलं त्यांनी तर?"

"मी पळून जाऊन लग्न करणार नाही. कदाचित मी वाट बघत राहीन; पण शोण वाट बघेल का माझी?"

"प्रेम आहे खरं... तर बघेल."

"दी, अजून एक महिन्याने तू जाशील. पार दूर. अमेरिका आवडेल तुला?"

"आवडणारा माणूस बरोबर असेल तर मग देश कुठला, ठिकाण कुठलं, याने काही फरक पडत नाही."

दोघी वेगवेगळ्या स्तरावर. नुसतं जवळ असणं म्हणजे एकमेकांसोबत असणं, असं नाही. दी पूर्णत: तिच्यातच होती आणि रोणू मात्र गुंतलेली होती तिच्या गुंत्यात.

"रोणू, फोन वाजतोय तुझा."

"कुणाचा होता?"

"शोण होता."

"का नाही आला?"

"उद्या भेटून सांगतो, असं म्हणाला."

"चल, निघू या. उशीर झाला."

बाग शांत होत होती. वाटेत दाणे सांडलेले दिसले इथे-तिथे. तुरळक माणसं दाण्यांसारखीच सांडलेली होती बागेत, इथे-तिथे. ज्यांना घरी जायची घाई नव्हती अथवा इच्छा नव्हती... अशी काही. अथवा कुणी घरी वाट पाहणारं नसेल, अशी...

बाईजी देवाजवळ दिवा लावून जप करत बसलेल्या होत्या. आबा झुलत्या खुर्चीत झुलत होते. घरात कमालीची शांतता वाटत होती.

जप सुरू असतानाच बाईजीने खुणेनेच विचारलं... इतका उशीर?

रोणूला हे असं अजिबातच आवडत नाही. जप चालू आहे ना... मग कर ना जप. त्यात लक्ष हवं. उगाच मणी पुढे सरकवत राहायचं... याला काय अर्थ आहे? तिने त्या खुणांकडे लक्ष दिलं नाही. दीने मात्र हातानेच, चालू दे तुझं, असं सांगितलं.

झुलती खुर्ची कुरकुरत होती.

"लग्न जवळ आलेलं आहे. तेव्हा जरा नीट वागा. वेळेवर घरी येत जा. चार तोंडं बोलत राहतात. तिथे सासरी पोरीला वळण नाही लावलेलं, असा आमच्यावर धब्बा नको आहे."

"आबा, निघालेच होते. चालताना जरा हळू."

"चाल चांगली हवी. वाकडं पाऊल पडून उपयोग नाही."

"काय हो आबा, काय वाकडं पाऊल? दीबद्दल तुम्ही असं बोलूच कसं शकता?"

"रोणू, तू गप्प राहा. तुला ढील देऊन पस्तावलो आहोत आम्ही. तुझ्या नादाने दी गैर वागू लागली तर खपणार नाही, सांगून ठेवतो."

"असं काय केलं आहे मी?"

"तुझे प्रताप माहीत नाहीत का आम्हाला?"

"काय प्रताप? प्रेम केलं तर त्यात चूक काय? हुशार आहे शोण, देखणा आहे आणि वागायला तर..."

"वागणूक? त्याची? बघितली न आज. येणार होता ना तो? का नाही आला? फसवणार आहे तुला. वाटोळं करतो आहे तुझं. ही जात असलीच. काही संस्कार नाहीत. शब्दाला किंमत नाही."

"आबा, त्याचा काही प्रॉब्लेम झाला आहे. उद्या भेटणार आहे तेव्हा बोलेल. तुम्ही आधीच चुकीचे तर्क करत राहू नका. मला त्रास होतो."

"तुला त्रास होतो? त्रास तर आम्हाला होतो आहे. दीचं लग्न आलं आहे तोंडावर आणि तुझे हे थेर. तिच्या आधीच बाशिंग बांधायला निघाली आहेस. नाही दिली परवानगी तर जाशील पळून आणि आम्हाला समाजात तोंड लपवून वावरावं लागेल."

"दी, बघ. किती विश्वास आहे यांचा माझ्यावर. म्हणून मला तू हवीस. निदान तू असताना गोष्टी... नाही, तू हवीसच. तूच सर्व सोपं करू शकतेस. साधी चर्चा करू शकत नाही मी यांच्याशी. दोन शब्द सरळ बोलत नाहीत. काय हे? मी लहान नाहीये आता. मला मी करते आहे, कुणाबरोबर माझं भावी आयुष्य बघत आहे, याची पूर्ण जाण आहे. अधीर नाही झाले आहे मी लग्नासाठी; पण यांना काही समजावणं मला तरी शक्य नाही."

"बरोबर आहे. आम्ही बावळट, मूर्ख..."

"आबा, रोणू काय म्हणते आहे ते ऐका तर खरं."

"ऐकलं ना... अक्कल नसलेला बाप आहे मी तिचा."

"आबा, हे योग्य नाही. जरा जास्त होतंय. राहू दे. शांत व्हा. मी पानं घेते. बाईजीचा जप झाला की जेवायला बसू."

"मी जेवलो. कुणासाठी वाट बघत बसायचं हे मला मान्य नाही."

"कसं असेल? तुमची वाट मात्र सर्वांनी बघायची. लहान होतो आम्ही; पण तुम्ही घरी आल्याशिवाय बाईजी आम्हाला जेवायला वाढायची नाही. कितीही भूक लागलेली असली तरी. कित्येकदा उपाशी झोपलो आहोत आम्ही."

"रोणू, पुरे."

"का पुरे? आता रिटायर झाले आहेत तर सगळे नियम बदलले? आता एक वेळ सर्वांनी एकत्र जेवायचं... या नियमाला फाटे?"

"बास! खूप झालं रोणू. हे घर माझं आहे, हे विसरू नकोस. इथे राहायचं तर माझ्या नियमानुसार राहावं लागेल. जेवायचं तर जेवा, नाहीतर राहा उपाशी."

"का? उपाशी का? दर महिना इथे राहण्याचे पैसे घेता तुम्ही माझ्याकडून."

"कसला वाद आहे हा? आणि कशासाठी? रोणू, आबा, आता खरंच पुरे. मी या घरातून जाताना या अशा आठवणी घेऊन जायचं का? या घरातून सुटले एकदाची... अशी भावना घेऊन जाऊ? पुन्हा परतून यावंसं वाटेल अशी ओढ मला हवी आहे. द्याल?"

जप संपला तशी बाईजीने माळ देवघरातल्या महिरपीला अडकवली. कान धरले, ओणवी होऊन मस्तक जमिनीला टेकवलं. पदराने डोळे पुसले आणि अवघडलेली मांडी मोकळी केली.

"पानं घ्या. जेवून घ्या."

"तू जेवलीस?"

"हो."

"जप करायच्या अगोदर?"

"हो. भुकेला कसला जप? जेवा."

"पण सिंकमध्ये तर एकच ताट दिसतं आहे घासायला."

"मी घासून टाकलं माझं ताट."

बाईजी खोटं बोलत्ये हे दोघींना समजत होतं; पण आता कुणाची समजूत घालावी, इतकी ताकद दोघींना नव्हती.

झुलणारी खुर्ची कुरकुरत राहिली आणि हॉलमधल्या कोपऱ्यातल्या झोपाळ्याच्या लोखंडी साखळ्या हेलकावे घेत झुरत राहिल्या.

दीने दोन घास खाल्ले. अन्नाचा अपमान करायचा नाही म्हणून. आणि रोणूने अन्नावर ताव मारला.

बाईजी मात्र हेलकावे खात राहिली. शरीराने आणि मनाने.

'रोणू चूक आहे का? मुळात रोणू का आहे? रोणू म्हणजे नक्की काय? तिच्या नावाला काय अर्थ आहे? मुलगा हवा म्हणून किती तो अट्टहास होता. दीनंतर तरी मुलगा होईल अशी अपेक्षा होती. झाली मुलगी. आणि नाव ठेवलं रोणू. का? माहीत नाही. मुलाचं नाव असतं ना ते? नावाने फरक पडतो वागणुकीत? मुलगीच आहे; पण वागते मात्र मुलासारखी. लहानपणी तिला अट्टहासाने आबा मुलांचे कपडे घेऊन यायचे. तिचे तिच्या लहानपणीचे सर्व फोटो मुलाच्या वेशातले. आणि आता जीन्स घालते तर राग का येतो त्यांना? बोलते ताडताड; पण त्यात तथ्य असतं. तेच सहन होत नाही वाटतं. फौजदार म्हणून आयुष्यभर जगले. बाहेर तेच आणि घरातही तेच. तशीच वागणूक. मुली मोठ्या झाल्या आहेत आता. दी निदान ऐकते तरी, उलटून बोलत नाही; पण रोणू? इतकी स्पष्ट, सडेतोड. खरं बोलणारी. मग कुणी दुखावलं गेलं तरी चालेल; पण खोटं बोलणार नाही. असा स्वभाव उद्या सासरी गेल्यावर निभावून नेईल तिला?

सासर!!

कठीणच आहे. तो कुठल्या जातीतला... त्याच्या घरी कसं आहे वातावरण? कुणास ठाऊक. दीच्या लग्नात हिच्याबद्दल कुणाला समजलं तर? लग्न तर मोडणार नाही ना दीचं?'

"रोणू, इथे ये."

"काय गं?"

"एक काळजी घ्यायची आहे तुला. दीच्या लग्नापर्यंत शोण येता कामा नये इथे."

"का?"

"उद्या समजलं सर्वांना की तो वेगळ्या जातीचा आहे आणि त्यामुळे दीचं लग्न मोडलं तर?"

"काहीही काय? काय संबंध? माझं आयुष्य वेगळं आणि दीचं वेगळं."

"काहीही वेगळं नसतं. जातपात मानणारी माणसं आहेत ती. किती सोवळं पाळतात! उगाच कशाला? एकदा लग्न होऊन जाऊ दे तिचं, मग काय हव्वा तो गोंधळ घाल."

"म्हणजे दीच्या लग्नात मी शोणला बोलवायचं नाही?"

"अजिबात नाही."

"मित्र म्हणून पण नाही?"

"नकोच."

"मग एक काम कर ना... शिंदेकाकांना पण बोलावू नकोस. आबांचे सर्व मित्र... त्यातले बरेच जण खालच्या जातीतले आहेत... त्यांना पण नको बोलावूस."

"तुझ्या जिभेला..."

"अजिबात हाड नाहीये."

आता मात्र कुरकुरणारी खुर्ची स्तब्ध झाली.

"घ्या... ऐका. अजून काही शिल्लक राहिलं आहे?"

"तुम्ही चिडू नका. शांत बसा. मी बोलत्ये ना. उगाच तुमचं बीपी वाढायचं नाही तर."

"शांत बसू?'

"नको आबा, बोला तुम्ही. शोण मित्र म्हणून आला लग्नात तर काय हरकत आहे हे मला सांगा. दीच्या सासूबाईंना त्याची जात कशी समजणार आहे, हे मला नीट सांगा. तो काय जातीच्या नावाचा बोर्ड घेऊन येणार आहे? तुमचे मित्र बोर्ड घेऊन येणार आहेत त्यांच्या जातीच्या नावांचे? आणि लग्नात आमच्याकडून आम्ही कुणाला बोलवायचं कुणाला नाही हे ते कसं काय ठरवणार? नाही म्हणजे सांगाच मला. तुम्हा दोघांना ना शोण खुपतोय. त्याला अजून भेटला पण नाही आहात. तो कसा आहे, काय विचार आहेत त्याचे, कसा राहतो... काही काही माहीत नाही आणि तरीही विरोध करत आहात. आपली दोन घरं मावतील इतकं मोठं घर आहे त्याचं. तो शाकाहारी आहे. दारू पीत नाही. ना दुसरं कुठलं व्यसन आहे त्याला. एअरपोर्टवर मोठा अधिकारी आहे. त्याचा महिन्याचा पगार ऐकाल तर चक्कर येईल तुम्हाला. आणि तरीही अदबशीर आहे. माझ्यावर प्रेम करतो. तुमच्याबद्दल मानाने बोलतो. अजून काय हवं आहे? उद्या आपल्या जातीतला मुलगा निवडलात आणि तो व्यसनी निघाला तरी चालेल तुम्हाला. जात महत्त्वाची आहे, व्यसनी असणं नाही. हो ना?"

"रोणू, तू शांत हो."

"काय शांत होऊ दी? हे काय चाललं आहे? विरोधाला काही सबळ कारण तर हवं ना? शिवाय मी काही लपवून ठेवलं आहे का? सर्व तर सांगितलं आहे यांना. मला फक्त परवानगी हवी आहे. पळून जाऊन नाही करायचं लग्न मला. ना शोणची तशी इच्छा आहे. मी कधीही जाऊ शकते त्याच्याकडे; पण नाही जाणार. मला एकच गंमत वाटते, या आजच्या काळात पण माझ्या आई-वडिलांचे हे असे विचार का असावेत? जातीला इतकं महत्त्व त्यांनी का द्यावं?

आणि तरीही मला या घराची आणि यांच्या इभ्रतीची काळजी आहे. जाऊ दे. मी आज स्पष्ट करत आहे, शोण दीच्या लग्नाला येणार. तुम्हाला आवडो अथवा न आवडो. दी, तुझी काही हरकत नाही ना?''

आबांनी, बाईजीने डोळे वटारले. दीने दुर्लक्ष केलं.

''नाही. माझी काहीच हरकत नाही. जरूर येऊ दे त्याला. मला आनंद होईल. चला आता, झोपा. उद्या साड्या आणि दागिने घ्यायला जायचं आहे. आणि रोणू, तू हवीस मला माझ्याबरोबर.''

''येस, मी येणारच.''

खुर्ची पुन्हा कुरकुर करू लागली, झोपाळा हिंदोळू लागला. थोड्या वेळाने सर्व शांत झालं.

साड्या, दागिने, चपला... खरेदीला अंत नव्हता आणि अजून बरीच कामं बाकी होती. पार्लर, मेकअप, हेअरस्टाइल, मेहंदी, देणीघेणी...

रोणू, दी दिवसभर भटकत राहणार आज आणि त्यामुळे घरात फक्त बाईजी आणि आबा.

''यादी करताय ना? पत्रिका येऊन चार दिवस झालेत. नावं, पत्ते गोळा करायचे तर वेळ लागेल अजून. पोस्टाने पाठवायच्या पत्रिका आधी जायला हव्यात. शुक्रवारी देवीला जाऊन येऊ. पहिली पत्रिका तिला.''

''ती येणार आहे?''

''काय बोलता हे? किती त्रागा करायचा याला काही सुमार?''

''मी पूर्ण नास्तिक आहे, तुला ठाऊक आहे ना? एक पत्रिका तिथे वाया जाईल. दोन मिनिटांपुढे महत्त्व नसतं या कागदाला आणि किंमत किती? एक पत्रिका ७५ रुपयांची. त्यात पुन्हा पोस्टाचा खर्च, जायचा-यायचा खर्च...!''

''मुली नाहीत घरी, बरं झालं. दुखावल्या गेल्या असत्या.''

''का? ती तुझी फार व्यावहारिक आहे ना? मग मी सांगतो आहे त्यात चूक वाटणार नाही तिला.''

''इतकं होतं तर whats app करायचं होतं निमंत्रण.''

''माझी काहीच हरकत नाही... पण आता उपयोग नाही. घ्या ही वही. त्यात सर्वांचे पत्ते, नावं, नंबर आहेत. लिहा.''

''मी? तुम्हीच लिहा ना. मला खंडीभर कामं आहेत. काय हो, हे लग्न तर

तुमच्या पसंतीनेच होत आहे. मग जरा आनंद दाखवा... घरात मंगलकार्य होत आहे तर...''

''कामं करताय ना तुमची? निघा.''

बाईजी हिरमुसल्या. मनातल्या मनात कुढत राहिल्या. दी घरात आहे म्हणून जरातरी घराला घरपण वाटायचं त्यांना. आता ती जाणार म्हटल्यावर या घराचं काय होणार, अशी चिंता त्यांना सतत लागलेली असायची. आबा मात्र ठीक होते. त्यांना कुणाच्या भावनांना जपणं माहीत नव्हतं.

त्यांनी पत्रिकांचा गठ्ठा पुढ्यात ओढून घेतला. पत्त्यांची डायरी घेतली आणि त्यांच्या सुवाच्य अक्षरात ते एक एक नाव लिहू लागले.

'अक्षर चांगलं आहे आपलं. असावंच लागतं. एक एक तक्रार लिहून घ्यायची, अगदी बारीकसारीक तपशिलासकट... कुणालाही वाचता येईल असं स्वच्छ अक्षर. दोन शब्दांच्या मध्ये एका बोटाचं अंतर हवं. ऱ्हस्व, दीर्घ, जोडाक्षर... कसं अगदी ठसठशीत. घोटवून घोटवून. आणि इतक्या सुंदर अक्षरात लिहायचं काय तर मारामारी, चोऱ्या, बलात्कार अशा तक्रारी. किती विरोधाभास आहे. लेखक मंडळी बघा... अक्षर सुमार आणि लेखन मात्र ठसठशीत. मनाचे सर्व रंग रंगवायचे शब्दांतून आणि शब्द लिहायचे गिचमिड. बघितले आहेत असे लेखक, त्यांचं अक्षर. लेखनिक म्हणून काम करा हो आमच्याकडे ...अशी विनंती करणारे. आता विचार करायला हरकत नाही. वेळ आहे मुबलक. लोकांची गाऱ्हाणी लिहून लिहून ही बोटं थकली. आता जरा या बोटांना, अक्षरांना चांगल्या साहित्याचा स्पर्श होऊ द्यावा.'

'उभं आयुष्य असंच गेलं. कधी या चौकीवर तर कधी त्या चौकीवर. फरक फक्त अंतराचा. त्याच पांढऱ्या भिंती, त्याही कुठे कुठे रंग उडालेल्या. फायलींची उतरण. मळखाऊ. गुन्हे तरी किती करतात माणसं! नोंद झालेल्या गुन्ह्यांची संख्या आणि नोंद न झालेल्या गुन्ह्यांची संख्या...! यांची गोळाबेरीज केली तर माणशी सरासरी निदान दहा गुन्हे... हा निव्वळ एक अंदाज.

'कोरडंठाक आयुष्य. वेळेला महत्त्व नाही. कधीही... हजर व्हा... असा हुकूम सुटणार आणि मग निघायचं. परतीचा भरवसा नाही. दोन मुली पदरात, म्हणजे जबाबदारी अजून जास्त. शिकवा, मोठं करा, कमावत्या होत आहेत तोपर्यंत लग्न..! चार पैसे त्यांचे घरात येतील तर नाव नाही. सर्व गंगा वाहणार नवऱ्याच्या दारात. एक तरी मुलगा असायला हवा होता. गंगेला हे घर दिसलं नाही.

'दी तर जाणार आता. आणि रोणू? तिच्याबद्दल फार आशा होत्या; पण

नाही. चुकलंच सर्व.

‘गुन्हे इतके बघितले आहेत की... शेवटी माणसं जातात जातीवर. उगाच बोलायचं... सगळे समान; पण नाही होत असं. जातीबद्दल उघड बोलायची सोय नाही. लगेच निघतील मोर्चे. चांगल्या घरातल्या मुलींना नादी लावायचं... रोणूला समजू नये? हीच शिकवण दिली काय तिला?

‘विचारायला जावं, तर म्हणेल, तुम्ही कुठे काय शिकवलं? असायचात का घरात? नसायचो. नोकरीच तशी होती. गुन्हे घडोत, खून होवोत, उत्सव असोत... आम्ही आपले दिसणार... खाकी.

‘एक एक केस बघावी. हीन म्हणजे काय हे चौकीत दिसतं. गुन्हेगाराला कोर्टात घेऊन जा... तारीख पडणार की पुन्हा घेऊन या... डांबा. कोण खरा गुन्हेगार? हे पण कधी कधी समजायचं नाही. मारा... धोपटा... त्यांचं जनावरांसारखं ओरडणं ऐका.. कान बधिर होऊन जायचे सुरुवातीला. मग मात्र सवय झाली. शांत चौकी सहन होईनाशी झाली. ओरडा... रडा... मग बरं वाटायचं.

‘आणि मग स्वभाव तसाच होत गेला. तुसडा. सतत संशय घेणारा. संशय नाही तर एक पण केस सॉल्व्ह होणार नाही. प्रत्येक माणसाकडे संशयाने बघण्याची कला अवगत झाली. प्रत्येक माणूस लबाड वाटू लागला. हो, बदललो आपण. आधी नव्हतो असे. आणि आता पुन्हा पूर्वीसारखं होण्याची काहीच शक्यता दिसत नाही.

‘अक्षर मात्र सुरेख आहे. मोत्याच्या दाण्यांसारखं. सगळी सुंदरता अक्षरात सामावली. कुरूपता नसानसांत भिनली.’

“झाल्या का पत्रिका लिहून?”

“मशीन आहे का मी?”

“सहज विचारलं. त्यात चिडण्यासारखं काय आहे? आणि जरा ही चिडचिड कमी करा आता. उद्या दोघी जातील उडून. राहणार आहोत मागे आपण दोघंच. म्हणून म्हणते...”

“तुम्हाला पण जायचं असेल तर जा.”

“बोलून काही उपयोग नाही. मी आहे शेजारी. काही हवं असेल तर हाक मारा.”

बाईजीने दार उघडलं तोच दारात त्यांना एक परकी व्यक्ती दिसली.

“नमस्कार. बाईजी ना तुम्ही?”

“हो, पण मी नाही ओळखलं तुम्हाला.”

"मला अहोजाहो करू नका. आबा आहेत का घरात?"

"हो..."

"आत येऊ?"

"या."

"आबा, नमस्कार करतो. बाईजी, नमस्कार करतो. मी शोण."

"काय?"

"काल येणार होतो भेटायला; पण काही कामात अडकलो होतो. बसू?"

"हं."

"ती नाहीये घरात."

"आबा, मला माहीत आहे. आणि रोणूला माहीत नाहीये की मी तुम्हाला भेटायला आलो आहे. मला तिच्यासमोर काही बोलायचं नव्हतं. म्हणून ती नसताना आलो."

"तिच्यापासून लपवावं असं काय आहे?"

"नाही, काही लपवायचं नाही, तसं काही नाहीच आहे; पण वाटलं की फक्त मी असावं. मीच बोलावं."

"बोला."

"मी पाणी आणते."

"आबा, मला माहीत आहे की तुम्हाला मी पसंत नाही. रोणू म्हणाली मला. मग मला वाटलं की आपली भेट झालेली नाही तर मग पसंत, नापसंत असण्याचा प्रश्न येतच नाही. एकदा तरी भेटू आणि मग ठरू दे."

"भेटायची गरजच नाही..."

"पाणी घे."

"भेटायची गरजच नाही. जर रोणूने सांगितलं आहे की मला मान्य नाही तर मग त्याचं कारण पण सांगितलं असेलच. आणि ते कारण असं आहे की तुम्ही त्याच्यात काही फरक करू शकत नाही."

"मान्य. मी काहीच फरक करू शकत नाही; पण त्या कारणाला खरंतर कोणताच आधार नाही. कारण कसं आहे की उच्च जातीतले कायम सच्चेच असतात असं नाही. आणि नीच जातीतले कायम खोटे असतात, त्यांची पात्रता नसते असं नाही. माझ्यापेक्षा तुम्ही जास्त जग बघितलं आहे. गुन्हे करणारे फक्त नीच जातीतलेच असायचे का? उच्चभ्रू म्हणवणारे काहीच गुन्हे करत नाहीत? आणि शक्यता आहे की करत असतील पण... अनेक मार्ग आहेत त्या गुन्ह्यांना लपवण्याचे... नाही का?

"पण खरं सांगू तर मी काही समजवण्यासाठी आलेलो नाहीये. मला

कुठल्या तुलना करायच्या नाहीत. कोण खरं, कोण खोटं याची शहानिशा करायची नाही. मला तुमचं मन पण वळवायचं नाही.

"मला फक्त एकदा तुम्ही दोघांनी प्रत्यक्षात बघावं, मी काय करतो हे तुम्ही जाणून घ्यावंत. माझी बोलण्याची पद्धत तुम्हाला समजावी, माझी भाषा स्वच्छ आहे... हे माहीत व्हावं, म्हणून मी आलो. सर्वकाही बघितल्यावर जर तुम्हा दोघांना मी योग्य वाटलो तर आणि फक्त तरच माझं आणि रोणूचं लग्न होऊ शकेल.

"एकदा माझ्या घरीसुद्धा या. माझे आई-वडील.. त्यांना भेटा; कारण एकत्र कुटुंब आहे आमचं. मी माझ्या आई-वडिलांना सोडून दुसरं घर घेणार नाही. वेगळा संसार थाटणार नाही. आणि हे मी रोणूला आधीच क्लिअर केलेलं आहे. तिला मान्य आहे. उलट तिचं माझ्या घरी आनंदाने स्वागत होईल.

"आता प्रश्न फक्त तुमच्या आनंदाचा आहे."

"चार घटका उत्तम वागता येतं माणसाला. प्रश्न आयुष्यभराचा आहे."

"मान्य. तुम्ही कधीही अवचित येऊ शकता. कितीही वेळा येऊ शकता. मला अचानक माझ्या ऑफिसात येऊन भेटू शकता. माझ्या अपरोक्ष माझी चौकशी करू शकता. तुम्ही कुणाकडे चौकशी करू शकता, याचा मला अंदाज नाही. त्यामुळे मी काही पार्श्वभूमी तयार करून ठेवण्याचा प्रश्न येत नाही."

"फार तयारीने आला आहात..."

"खरं सांगायला तयारीची आवश्यकता नसते. आणि हे तुमच्याशिवाय कोण ओळखू शकणार? कितीतरी खोटं बोलणारी माणसं तुम्ही आयुष्यभर बघितली आहेत. कित्येक केसेस तुम्ही सोडवल्या आहेत. तुम्हाला माणसाची पारख आहे. कुणीही सत्याचं ढोंग फार काळ पेलू शकत नाही. येऊ मी? निघतो."

"थांब रे. यांनी आत्ताच पत्रिका लिहायला घेतल्या आहेत. एक पत्रिका देवाजवळ ठेवते. द्या हो एक कोरी पत्रिका.

"हं, आता शोणचं नाव लिहा या पाकिटावर. घे. दीचं लग्न आहे पुढल्या महिन्यात. ये तू. आणि आई-वडिलांना पण आमंत्रण आहे हो."

"हो, येईन ना. नमस्कार करतो. येतो."

बाईजी अगदी आनंदात होत्या. इतका चांगला मुलगा.. रोणू म्हणाली होती ते खरं ठरलं.

"तुम्हाला लगेच त्याला पत्रिका द्यायची घाई का झाली?"

"तुमच्या तर्फे नाही, मी माझ्या तर्फे त्याला आमंत्रण दिलेलं आहे. रोणूचं लग्न त्याच्याशी होईल... त्याच्याशीच होईल."

"आज आवाज वाढला आहे."

"एकदा तरी वाढू दे... बरं वाटेल मनाला."

मग निव्वळ शांतता. पेनाची कुरकुरसुद्धा ऐकू येत नव्हती. हे एक चांगलं झालं आहे आता. बॉलपेन कुरकुरत नाही.

संध्याकाळ होत आली तशी बाईजीने देवाला उदबत्ती दाखवली. दिव्याची ज्योत मंद तेवत राहिली. हातात माळ आली. ओठ पुटपुटू लागले... विठ्ठल.. विठ्ठल...

आबांनी चपला घातल्या आणि मागच्या मागे दार ओढून घेऊन ते निघून गेले. विठ्ठल ऽ विठ्ठल... आवाज मोठा झाला. नंतर नंतर फक्त ठ्ठलऽ ठ्ठल ऐकू येऊ लागलं. उदबत्ती जळता जळता लहान होऊ लागली.

आता घराला लग्नघराचं रूप येऊ लागलं. पाहुणे ये-जा करू लागले. रोज नवनवीन कामांची भर पडत राहिली. दाराला तोरण लागलं. मित्रमैत्रिणींचा घोळका जमा होऊ लागला. फराळाची ताटं भरली जाऊ लागली, रिकामी होऊ लागली. रात्री उशिरा पाठीला गादी मिळू लागली.

रोणू आनंदात होती. शोणने काय जादू केली होती कुणास ठाऊक; पण आबा, बाईजी त्याच्यावर खूश होते हे तिच्या लक्षात आलं होतं. प्रत्यक्षात कुणी काही बोलून दाखवलं नसलं तरी. तोही अधूनमधून घरी येऊ लागला होता. मदत करू लागला होता. आबा त्याला कामं सांगू लागले होते. फक्त त्याची ओळख करून देताना त्याचं आडनाव कुणी सांगत नसे; पण रोणूला काही घाई नव्हती. शेवटी ते आडनाव तिचं होणार होतं.

लग्नाचा थाट मोठा होता. पहाटेपासून अगदी रात्री उशिरापर्यंत... कार्य सुरेख झालं. दी सासरी गेली.

घर भकास वाटू लागलं. इथे-तिथे लग्नाच्या खुणा विखुरलेल्या होत्या. बाईजी अगदी उदास झाल्या. आबांची खुर्ची जास्त वेळ कुरकुरू लागली.

हळूहळू घर पूर्वपदावर आलं.

दी अमेरिकेला जाणार हे आधीपासून माहीत होतं. जाण्यापूर्वी घरी काही दिवस येऊन राहून गेली. गेली... कायमची गेली. वर्षाकाठी आली तर भेट; पण जाताना तिघांनाही अमेरिकेचं आमंत्रण देऊन गेली. दी आता हाक मारण्याच्या अंतरावरसुद्धा नाही, हे तिघांनाही कठीण जात होतं.

दिवस भराभरा उलटत होते. महिने... महिन्याचं वर्ष. दिवस ठरल्याप्रमाणे उगवत होते आणि मावळत होते. त्या त्या वेळेची ठरलेली कामं पार पडत होती. आणि संध्याकाळ अशीतशीच जात होती. उदास...

"खूप दिवस झाले दीशी काही बोलणं नाही झालं."

"इथे दिवस तेव्हा तिथे रात्र... कामात असेल ती."

"पण जरा फोन लावून द्या ना. आत्ता किती वाजले असतील तिथे?"

"बाईजी रात्र आहे तिथे. झोपली असेल."

"मध्यरात्र का?"

"नाही. पहाट झाली असेल."

"मग लावा की फोन."

"लावतो."

बाईजीला जरा आश्चर्य वाटलं. तसंही दीचं लग्न झाल्यानंतर आबा जरा सौम्य झाल्याचं त्यांच्या लक्षात आलेलं होतं; पण हल्ली जरा जास्तच. त्या कुणा लेखकाकडे लेखनिक म्हणून जायला लागले आहेत... कदाचित त्याचा परिणाम असू शकतो हा.

"मी बोलतोय, आबा..."

"काही नाही गं. कशी आहेस तू? खूप दिवसांत बोललो नाही आपण. बाईजीला तुझी खूप आठवण येत होती. म्हणाली फोन लावून द्या म्हणून लावला. अं? काय? असं? बरं बरं. ठेवतो."

"अहो, फोन काय ठेवून दिलात? मला बोलायचं होतं ना..."

"मी जरा जाऊन येतो."

"आता कुठे निघालात? फोन दिला नाहीत, काय बोलली हे सांगत नाही. आणि निघाले... ते काही नाही. पुन्हा फोन लावा. नाहीतर मला द्या तो मोबाइल. मी लावते."

"काही नको. ती करणार आहे नंतर फोन."

"पण... नाही. हे मुळ्ळीच चालणार नाही. मला सांगा आधी."

"काय सांगू? म्हणाली... तुम्ही कधीही काय फोन करता? मी कशी आहे, हे विचारण्याची ही वेळ? झोपल्ये मी. नंतर करते फोन. आणि म्हणाली की वेळीअवेळी फोन करत जाऊ नका."

"असं म्हणाली?"

"होय."

"दी असं म्हणाली? नाही विश्वास बसत."

"म्हणूनच सांगत नव्हतो. जातो."

"कुठेही जायचं नाही. कशाला मनस्ताप करून घेताय? करेल ती फोन. बसा. चहा टाकते."

"बाईजी, बसा तुम्ही इथे. नको आहे चहा. बाईजी, चुकलंच सर्व. आयुष्यभर कठोर वागलो. कुणाच्या मनाची पर्वा केली नाही. या नोकरीने माझ्यातल्या सर्व भावना मारून टाकल्या."

"कशाला दोष देता नोकरीला? तुमचे सहकारी बघा. जी जी कामं तुम्ही करत होतात, तीच कामं तेही करत होते; पण..."

"बरोबर आहे तुमचं. नोकरीला दोष देऊन नाही चालणार. आणि मला मान्य करता आलं पाहिजे आता की मी जे काही वागलो ते मी तसाच होतो म्हणून वागलो. हे माझ्याच वागण्याचे परिणाम आता माझ्यावर उलटून येत आहेत. पोरगी बदलते आहे बाईजी. तुमच्या मनाची तयारी करून ठेवा."

"असं काही नसेल. तुम्ही तर्क करू नका. संशय घेऊ नका. शांत व्हा."

"बाईजी..."

"रोणू आली आहे. तिच्यासमोर काही नको हे असं..."

"इथे काय करताय तुम्ही? आबा, शोण आला आहे तुम्हाला भेटायला. बाईजी तूही ये बाहेर."

"बस रे. येतायत दोघं. पाणी आणू? की सरळ सरबत करू?"

"शोण, बस बस."

"नमस्कार करतो."

"नको इतका वाकत जाऊस. बस. काय काम काढलं?"

"बाईजी, आबा, घरी येऊ शकाल माझ्या? आई-बाबांना भेटायचं आहे तुम्हाला. की त्यांना इथे घेऊन येऊ?"

"नको. तशी रीत नाही. आम्ही येऊ."

"उत्तम. कोणती तारीख ठरवू या?"

"तू सांग. आम्ही काय रिकामेच असतो."

"असं का म्हणता?"

"घे सरबत."

"रोणू, कधी येता घरी?"

"पुढचा शनिवार ठरव."

"शनिवार नको. नाकर्त्यांचा वार."

"बाईजी, असं काही नसतं. सोयीचं काय आहे?"

"रोणू, मला वाटतं शुक्रवार संध्याकाळ चालेल."

"बघ, त्याला समजतंय."

"तुम्हाला खूश करायचं आहे ना त्याला म्हणून. हो ना रे?"

"जर न दुखावता गोष्टी घडून येऊ शकतात तर का दुखवा?"

"हेच, हेच मला आवडतं तुझं; पण मी तशी नाहीये ना."

"मग हो तशी. ज्या घरात जाणार आहेस, त्या घरातल्या लोकांची मनं..."

"सांभाळेन माते. नक्की."

"मग ठरलं तर, शुक्रवार नक्की. मी तुम्हाला घ्यायला येईन."

"काही नको, मी आणेन त्यांना. तू घरात मदत कर. मस्तपैकी खिचडी कर साबुदाण्याची. आणि हो, वेफर्स नकोत हं. बर्फी चालेल; पण काजूकतली असेल तर उत्तम. आलं घातलेला चहा."

"येस बाईसाहेब. अजून काही?"

"मला साडी नको. जीन्स आणून ठेव."

"रोणू..."

"किंवा स्कर्ट चालेल."

"नऊवारी आणतो."

"चालेल. नथ पण आण."

"पुरे झालं. शोण, तू हिच्याकडे लक्ष देऊ नकोस. आम्ही येऊ सहा वाजेपर्यंत. चालेल ना?"

"आबा, तुम्ही काहीच बोलत नाही?"

"छान आहे. येऊ ना आम्ही."

"मला तुमचा मुलगा समजा आबा. आणि कुठलंही दडपण घेऊ नका. तुम्ही तुमच्या मुलाच्या घरी येणार आहात."

"हो."

"येतो मी."

"बाईजी, मी आलेच."

बाईजी विचार करत राहिल्या.

आबा विचार करत राहिले. कुणी काही बोलत नव्हतं. फक्त स्वत:शी मात्र संवाद चालू होता.

'मी माणसांना ओळखायला चुकलो? आख्खी हयात फक्त माणसं माणसं बघितली. किती तऱ्हेची, अनेक विचारांची, कृतींची, विध्वंसक, क्वचित निर्मळ. चेहरा बघितला की तो माणूस कसा असेल याचा अंदाज यायचा आणि तो खरा ठरायचा. डोळे कधी काही लपवू शकत नाहीत कुणाचे. आणि तरीही चुकत गेलो. डोळे वाचू नाही शकलो. प्रत्येक डोळ्यांत फक्त अविश्वास, फसवणूक,

हिंस्त्रता शोधत राहिलो. निर्मळ डोळे कधी दिसलेच नाहीत की काय?'

दीचे डोळे?...

"अहो, फोन वाजतोय."

"दीचा आहे."

"घ्या ना मग. आणि स्पीकरवर ठेवा."

"दी बोलत्ये. काय झालं होतं आबा? सगळे ठीक आहात ना? इतक्या पहाटे फोन करत जाऊ नका. काहीतरी महत्त्वाचं असेल तरच करत जा. हां, बोला आता."

"काही नाही गं, तुझी खूप आठवण येत होती. आणि आबा म्हणाले मला की तिथे पहाट असेल, तू झोपली असशील म्हणून; पण विचार केला की इथे असताना तर पहाटेच उठायचीस. उठली असशील."

"बाईजी, इथे वेगळं असतं. रोज पहाटेच उठायला लागतं; पण आज शनिवार आहे ना. आरामाचा दिवस. असा फोन आला अवेळी की नाही नाही ते विचार येतात मनात."

"चुकलं. पुन्हा नाही लावणार फोन. पहाटेचा."

"रात्री उशिराने पण नका करू. बोल. कशी आहेस?"

"छान आहे. उत्तम आहोत दोघं. रोणू..."

"काय झालं? भांडली का पुन्हा? जरा सुधरणार नाही. कसे राहता तुम्ही तिच्याबरोबर? तिला म्हणावं बघ आता तुझं तू."

"दी, काय झालं आहे तुला? काहीही बोलत्येस. शोणच्या घरी जाणार आहोत आम्ही शुक्रवारी. त्याच्या आई-वडिलांना भेटायला. लग्नाचं बघायला हवं ना तिच्या."

"हां. असं होय? मला विचारा आधी आणि मग तारीख ठरवा. इथे सुट्ट्या सहजी मिळत नाहीत. आणि अजून माझी नोकरी पर्मनन्ट नाहीये. पगार कापतात माझा रजा झाली की. जेव्हा इथे रजा असतात, तेव्हाची तारीख ठरवा."

"ते आमच्या हातात आहे का? ते काय म्हणतात ते बघू."

"तुम्हाला मी लग्नाला यायला नको असेन तर कोणतीही तारीख ठरवा."

"दी, तू असं काय बोलत्येस? अमेरिकेने तुला पार बदलून टाकलं की."

"इथे राहायचं तर... तुम्हाला नाही समजणार. साध्या साध्या गोष्टींना कित्येक डॉलर्स भरावे लागतात. साधे केस कापायचे तर.. मग फेशिअल तर..."

"काहीतरी बिनसलं आहे तुझं. असू दे. तू आराम कर. तुझा सुट्टीचा दिवस आहे ना. उगाच खराब करून घेऊ नकोस."

"ठेवते. तारीख नक्की झाली की कळव."

"हो."

"हे काही नवीनच रूप दिसतंय दीचं. बरी असेल ना ती? इतकी चिडचिड करणारी नाही ती मुळात."

"कुणास ठाऊक बाईजी, असेलही."

"नाही हो."

"तुम्ही कशाला कष्टी होताय? आता ती तिथली झालेली आहे. एक सांगा बाईजी, या इतक्या दिवसांत एकदा तरी जावईबुवांनी आपली विचारपूस केली? दीचे सासू-सासरे तिथे जाऊन आले, सहा महिने राहून आले. दी म्हणाली का की आता तुम्ही या म्हणून? तिच्या सासूने कधी तुम्हाला फोन केला? तुम्हीच फोन करत राहता. चौकशी करता. नाही बाईजी, गोष्टी आधीपासून तशाच होत्या. आपल्याला त्या आत्ता समजत आहेत. असू दे. काही हरकत नाही. नाही तरी मुली परक्याच असतात."

"आबा, मी नाही परकी."

"आलीस?"

"ऐकलं आहे मी सर्व. चांगली खरडपट्टी काढायची होती तिची. शांत कशाला बसलात? आणि हो, तिला यायचं तर ती येईल लग्नाला. नाही आली तर तिचं तिच्यापाशी. आणि हे सर्व शोणसमोर बोलू नका. नाहीतर तो दीच्या सोयीने करेल सर्व. आणि मला ते मान्य नाही. ती जर नीट बोलली असती तर शोणला मीच गळ घातली असती; पण तुमचा अपमान करत्ये ती."

"रोणू..."

"मी पानं घेते. भूक लागली आहे. बाईजी, तू जप करणार आहेस का आत्ता?"

"नाही. आज मन नाही."

"बरं झालं. माळेला आराम. आपण मस्त गाणी ऐकू. जुनी. मराठी गाणी."

रोणू प्रयत्न करत राहिली. आबा-बाईजी तिच्यासाठी म्हणून हसू लागले. जुनी मराठी गाणी वाजत राहिली.

"या आबा, आज लवकर आलात?"

"हो. सर्व आटोपलं होतं, वाटलं यावं."

"बसा. काल जिथे थांबलो होतो, तिथेच अजून अडकून आहे. पुढे जायचं

आहे; पण काही सुचत नाहीये. एकदा जरा वाचून बघतो.''

"हे कागद. बघा.''

"हं... संत कबीर म्हणतात...''

मोर फकीरवा मांगी जाय
मैं तो देखहू न पौल्यौं
मंगन से क्या मांगीये
बिन मांगे जो देय
कहैं कबीर मैं हौं वाही को
होनी होय सो होय

मला कबीरांच्या शब्दांचा अर्थ नाही द्यायचा. ते अतुलनीय आहेत. त्यांच्या शब्दांची व्याख्या नाही होऊ शकत. होनी होय सो होय.

जे होणार आहे, ते तर होणारच आहे. आपण त्या होण्याला कसं बघतो यावर सर्व काही आहे. आणि जे व्हायचं असेल ते होऊ दे, मी मात्र तसाच राहीन. भक्ती तशीच राहील. त्याचा शोध तसाच राहील. आबा, फार मोठं ज्ञान अतिशय साध्या-सोप्या शब्दांत सांगतात कबीर. कबीर म्हणतात, मी तर त्याचा झालेलो आहे जो काहीही न मागता सर्वकाही देतो.

रसरी आवत जात, सिल पर पडत निशान
करत करत अभ्यास के, जडमती होत सुजान...

रस्सी जर एकाच ठिकाणी दगडावर घासत राहिली तर दगडावर तिथे निशाण उमटेल. अभ्यास करून करून जड बुद्धी असलेला सुजाण होईल.

पण खरंच जड बुद्धी सुजाण होऊ शकते का? विचार करण्यासारखी गोष्ट आहे. माझं हेच झालेलं आहे. कबीर वाचता वाचता मला माझी बुद्धी जड करून टाकत आहे. इतकं काही त्यांनी सांगून ठेवलं आहे की नव्याने मी काय सांगणार?

हे बघा...कबीर म्हणतात,

फैला जो तिमिर काल
कट-कट कर रहा काल
अंसुओं के अंशुमाल
पडे अमित सिताभरण
मरा हुं हजार मरण
पाई तब चरण शरण...

आबा निघाले. मनात एकच ओळ घुमत राहिली, मरा हुं हजार मरण... मरा हुं

हजार मरण... मरा हुं हजार मरण...

साखरपुडा ठरला, तारीख ठरली. खरेदीला सुरुवात झाली. रोणू तर आनंदाने फुलून आली होती. तिच्याकडे बघून बाईजी, आबा सुखावत होते. घर पुन्हा गजबजणार होतं.

"बाईजी बोलत्ये गं दी. तारीख ठरली हो साखरपुड्याची. पुढल्या महिन्यात आहे. जरा गडबड होत्ये; पण होईल सर्व ठीक. शोण खूप मदत करतो आहे त्यामुळे काळजी नाही. सर्व खर्च तेच करणार आहेत. जराही ऐकत नाहीत. म्हटलं, निम्मा निम्मा करू खर्च... पण नाहीच म्हणाले."

"वा, मजा आहे मग."

"मजा काय गं त्यात? आपल्याला बरं वाटतं का असं?"

"त्यात काय? आहेत पैसेवाले तर करू दे ना खर्च. तू कशाला काळजी करतेस? माझ्या लग्नात नाहीतरी खूप खर्च झाला होता तुमचा."

"दी, तसं काही नाही हो. दोघींच्या लग्नाच्या खर्चाची सोय आधीच करून ठेवली ना आम्ही. मग?"

"बाईजी, तुला ना... जाऊ दे."

"काय गं?"

"मिळतंय फुकटात तर ऐश कर ना. आणि जर इतकं वाटत असेल तर ते पैसे मला दे. नाहीतरी इथे माझी फार ओढाताण होते. शिवाय आम्ही आता मुलाचा विचार करतो आहोत. खर्च वाढणार आहे आमचा. तेव्हा जितके तुझ्याकडे जास्तीचे असतील, माझ्यासाठी ठेव."

"दी, मला खरंच हल्ली कळत नाही. कशी झाली आहेस तू? कशी होतीस? सर्वांना समजून घेणारी, मनं सांभाळणारी. रोणूची बाजू घेऊन ह्यांना समजवणारी. मी सांगत्ये काय आणि तू काय बोलत्येस? आनंद नाही का झाला तुला रोणूचा साखरपुडा ठरला हे ऐकून?"

"झाला ना; पण उपयोग काय? मी इथे असणार. मला साडी पण घेता येणार नाही आणि मिरवता पण येणार नाही."

"तुझ्यासाठी घेतली आहे साडी. जाऊ दे दी. मी ठेवते फोन. तू कुठल्या दुसऱ्या पातळीवर आहेस आणि मी दुसऱ्या. बोलणं पोचत नाही आहे आपलं एकमेकींपाशी. ठेवते."

बाईजी थक्क झाल्या होत्या. बधिर!!

"काय चाललंय? रोणू जाणार आता म्हणून खिन्न झालात का?"

"नाही, तसं काही नाही."

"काय झालंय?"

"दी..."

"हं. समजलो. सोडून द्या. होनी होय सो होय..."

"सोडून देऊ? मला तर वाटतंय की मी जिच्याशी बोलते हल्ली ती दी नाहीच आहे. कुणी एक परकी स्त्री आहे. आणि अशीच आली होती काही काळासाठी आपल्या आयुष्यात. आता निघून गेली आहे तिच्या वाटेने."

"निघून गेली आहे तर जाऊ द्या. उगाच धरून बसू नका. हात दुखतील आणि तरीही हातात काहीच राहणार नाही."

"सोडून द्यायचं?"

"तुम्ही सोडून द्याल अथवा धरून ठेवायचा प्रयत्न करत राहाल... पण तुमच्या हातात काहीच नाहीये दोन्हीपैकी. हे आधी समजून घ्या. ती गेली आहे कधीचीच, हे मान्य करा. चला, जरा कोपऱ्यापर्यंत चालून येऊ. मोकळं वाटेल."

आबा शांत होते. त्यांनी कशाचंच काही वाटून घेतलं नाही. दी काय म्हणाली हेही विचारलं नाही. बाईजी त्यांच्यातला फरक बघत राहिल्या. कितीतरी दिवसांनी दोघं बागेत गेली. त्यांच्यासारखे आणखी काही वयस्कर तिथे होते. कुणाचं काय तर कुणाचं काय... पण तिथे होते. चार घटका स्वत:साठी जगायला आलेले. बाईजीला बरं वाटलं. त्या दीच्या विचारांतून बाहेर पडल्या. रोणूच्या साखरपुड्यात येऊन पोचल्या. मनाला काही ना काहीतरी खाद्य हवं असतं. आनंदाचं, दु:खाचं... कसली तरी विवंचना हवी असते... त्यातच ते जगू शकतं. प्रत्येक क्षण अनुभवू शकतं. बाईजी तेच करत होत्या... आता त्या आनंदाच्या विवंचनेत होत्या.

'सर्वकाही सुरळीत पार पडेल ना? कशी दिसेल रोणू? हातांना मेहंदी, छानशी साडी... दागिने... तृप्त वाटेल आपल्याला तिला असं बघून... हल्ली एक बरं आहे. आबा पण खूश असतात. काय जादू झाली आहे, कुणास ठाऊक? त्या लेखकाकडे जायला लागले आणि बदल होत गेला, हे तर नक्की. काय एक एक कविता म्हणत असतात. आणि शब्द? ते तर किती छान! अगदी मृदू. पोलिसी भाषा कधी मागे पडली समजलं नाही आणि त्या जागी अलंकारी शब्द कधी आले तेही समजलं नाही. अक्षरं तीच; पण त्यांची रचना बदलली की भाषा सुसंस्कृत होते. काव्य होते. तिची वाणी होते. कमाल आहे बाई.'

"बाईजी, रोणूचा फोन आहे."

"बोल, काय गं? ताप आलाय? आले मी घरी. नाही, जवळच आहे. येतेच."

"रोणूला जरा ताप आला आहे. डॉक्टरकडे न्यायचं आहे."

"ताप? अचानक?"

"ऑफिसमधून आलीये घरी."

"चला. जाऊ तिला घेऊन डॉक्टरांकडे."

दोघं लगबगीने घरी आले.

"बघू...बराच ताप आहे."

"ऑफिसात गोळी घेतली; पण नाही उतरला अजून."

"झोपू दे तिला. डॉक्टरांना घरी बोलवू."

"बरं. मी करते फोन त्यांना."

"शोणला माहीत आहे?"

"नाही."

"मी सांगतो."

अचानक आलेला ताप, निदान होईना. बऱ्याच टेस्ट्स करून झाल्या. शेवटी हॉस्पिटलमध्ये नेलं. तीन दिवस, चार दिवस... बाईजी, आबा हवालदिल झाले. शोण त्यांना धीर देत राहिला; पण तो मनातून खचून गेला होता. या पाच दिवसांत रोणू अगदी खंगली होती. कधी शुद्धीत असायची, कधी नसायची. एक गुंगी होती. डॉक्टर धड काही सांगत नव्हते.

रिपोर्ट्स घेऊन शोण अजून काही ठिकाणी जाऊन आला. वेगळ्या डॉक्टरांचं मत घेण्यासाठी खेपा टाकत राहिला.

आणि सहा दिवसांत खेळ संपला. ताप का आला? कसला होता? काही काही निदान झालं नाही.

बाईजी-आबा अबोल झाले. प्रत्येकाला तीच तीच उत्तरं द्यायची... त्यांच्या जिवावर आलं.

'का लोक इतकी चौकशी करतात? कसली उत्सुकता असते? व्यक्ती गेली... विषय संपला. कशी गेली, का गेली, डॉक्टर म्हणजे बिझनेसमन झालेले आहेत... फक्त पैसा हवा असतो त्यांना... असं का बोलत राहतात? हल्लीच्या डॉक्टरांना काही नॉलेजच नसतं... अमुक एक चांगला आहे, त्याच्याकडे का नाही गेलात? नकोत तुमचे प्रश्न आणि सल्ले. होऊन गेलं आहे... घटना घडून

गेलेली आहे. नका विचारू काही. नाही काही बोलायचं आम्हाला. नका होऊ आमच्या दु:खात सहभागी. तसेही नसताच तुम्ही सहभागी. कुणीही नसतो. असतो तो फक्त काही मिनिटांसाठी. मग ज्याला-त्याला आपलं काम असतं. आणि असायला हवं, काही तक्रार नाही; पण निदान आम्हाला आमचं दु:ख तरी उपभोगु दे. पूर्णत्वाने उपभोगू दे, त्यात तडजोड नको, कमतरता नको. देणं आहे ते आमचं. रोणूला देऊन टाकू दे. जो काही अन्याय केला आहे तिच्यावर तो मला दूर करू दे. मोकळं होऊ दे त्या ओझ्यातून. नका विचारू काही. बस.. बस...'

"बाईजी, तू बस आत, मी बघते."

"दी, तुला समजणार नाही."

"काय समजणार नाही?"

"तिच्या वस्तू कुठे कशा ठेवायच्या हे तुला नाही समजणार."

"कशाही ठेवल्या तरी काय फरक आहे आता?"

"दी, तू जा. बाहेर कुणी आलं आहे, त्यांना भेट."

"आबा आहेत तिथे. बाईजी, जे घडून गेलं आहे, त्यात काही बदल होणार आहे का आता? तू मनाने खंबीर हो. बी प्रॅक्टिकल. तुला काय वाटतं, मला दु:ख होत नाहीये? माझी सख्खी बहीण, त्यापेक्षा मैत्रीण म्हणेन. इतक्या आम्ही जवळच्या. एक गोष्ट कधी लपवून नाही ठेवली आम्ही; पण मी जर ढासळले तर तुम्हाला कोण सांभाळणार? या तिच्या वस्तू बघून कुढत राहशील तू. या वस्तू म्हणजे तिच्या आठवणी. सतत डोळ्यांसमोर ठेवून काय करणार आहेस? अजून दु:खी होत राहशील. आबांना बघ. किती सावरून घेतलं आहे त्यांनी."

"ते सावरले आहेत? भ्रम आहे तुझा. रात्र रात्र त्या खुर्चीवर बसून रडत असतात, मी बघितलं आहे. आणि... दी, त्या सर्व वस्तू इथेच असू देत. मी बघेन नंतर त्यांचं काय करायचं ते. अगं, रोणूला जाऊन आठ दिवस नाही झाले तर... तिच्या सर्व आठवणी पुसून टाकायला निघालीस तू. काही लाज?"

"बाईजी, काय हे? असं का बोलत्येस तू? तुझ्या चांगल्यासाठी सांगत होते. मला तर जावंच लागेल परत. इलाज नाही. किती दिवस राहू शकेन इथे? मला तुमची काळजी वाटत राहील. मी आहे तोपर्यंत..."

"नको काळजी करूस आमची. आम्ही आहोत एकमेकांना."

बदलतात गोष्टी. माणसं. कारणं काहीही असोत; पण बदलतात.

दिवस झाले. आणि पुन्हा लोकांचे प्रश्न सुरू झाले.. कावळा शिवला का पिंडाला? आबा त्रासले.

'हो. शिवला. म्हणजे काहीच इच्छा बाकी नव्हत्या? आत्मा मुक्त झाला? त्या आत्म्याने एका आत्म्यावर प्रेम केलं होतं, संसार थाटायचा होता. कावळा शिवला म्हणजे संसार थाटून झालेला होता? संसार करून झालेला होता? प्रेम पूर्ण झालेलं होतं? त्या आत्म्याला मागे राहिलेल्या बाईजीची, माझी काळजी नव्हती? असा कसा काय शिवला कावळा?'

"बाईजी, जरा मला रोणूच्या पार्लरचा फोन नंबर दे."

"का गं?"

"हेअर कलर करून घ्यायचे आहेत. बघ ना, पांढरे दिसायला लागलेत आत्तापासूनच. आणि फेशिअल पण करून घेईन. अगं, तिथे फार महाग असतात या गोष्टी. इथे एकदा करून घेतलं की निदान सहा महिने तरी बघायला नको. दे ना..."

"बाईजी, द्या नंबर तिला."

बाईजी बधिर होऊन गेल्या...

"तुम्ही असं का केलंत? का नंबर द्यायला लावलात मला?"

"तुम्ही दिला नसतात तरी तिने शोधून काढला असता."

"पण उद्याचीच तारीख..."

"हं..."

"रोणूसाठी उद्याची तारीख घेतली होती ना.. ती जाणार होती फेशिअल-साठी... आणि..."

"तिच्या जागी दी जाईल. पार्लरचा बिझनेस..."

"अहो..!!!"

"होनी होय सो होय... होनी होय सो होय..."

अंधार दाटून आलेला होता. आत एक मंद ज्योत तेवत होती. जपाची माळ तशीच लोंबकळत होती. आबा मंत्रपठण करत होते...

मरा हुं हजार मरण... मरा हुं हजार मरण... मरा हुं हजार मरण...

आणि बाईजी आपल्या दोन्ही मुलींना हरवून बसल्या होत्या.. एक मनाने आणि एक शरीराने हरवली होती. बाईजींचं मातृत्व हरवलं होतं. आज त्या वांझ झाल्या होत्या.

◆

तुम्हाला सापशिडीचा पट आठवतो? आठवत असणार. मला आठवतो. ते शंभर आकड्यापर्यंतचे चौकोन. रंगीबेरंगी. लहान-मोठ्या शिड्या आणि त्यावर लहान-मोठे साप त्या चौकोनांवर. हातातलं दान खुळखुळ करत पटाच्या बाजूला फेकायचं. आणि सोंगटी एक एक घर पार करत पुढे पुढे न्यायची. मनात प्रार्थना, शिडीपाशी थांबू दे. सापाचा फणा चुकू दे; पण समोर जो भिडू असेल त्याची सोंगटी मात्र त्याच्या फण्यात जावो आणि तो एकदम खालच्या चौकोनात पोचो. त्रास व्हायचा जेव्हा अठ्ठ्याण्णवपर्यंत जाऊन सोंगटी घरंगळत चारवर येऊन पोचायची तेव्हा. आपण जिंकायचं, हीच एकमेव ईर्ष्या.

शंभर हा आकडा जगात प्रिय आहे. शं म्हणजे सुख. या सुखात भर पडावी अशी कामना म्हणून शं-भर. सुख भरा. ही शंभराची ईर्ष्या, स्पर्धा आयुष्यभर मागे लागलेली. आपली ईर्ष्या संपली तरी मुलांसाठी सुरू होते. त्यांना मिळावेत शंभर. लायकी असो-नसो, गुण असोत-नसोत... शंभर मिळावेत.

माझं लहानपण काही वेगळं नव्हतं. ईर्ष्या होती, अपेक्षा होती. गावातली सर्वांत हुशार म्हणून नाव मिळवायचं असं मनोमन वाटायचं. लहानपण गेलं... लहान वयातच मोठी झाले. बाबांचे उपकार. त्यांनीच लहानपण हिरावून घेतलं. मी सतत सापाच्या फण्यात जात राहिले. जरा कुठे वरच्या चौकोनात पोचते आहे तोच तो असं काही दान टाकायचा की मी सरपटत खाली खाली...

लहानपणातले सर्व खेळ आयुष्याचा अर्थ सांगत असतात की काय? आपण त्यांना एक खेळ म्हणून बघतो; पण खरंतर ते आयुष्य काय आहे हे शिकवत असतात.

असाच एक खेळ आहे... व्यवहार! त्यात एक पट आहे. स्टेशनांची नावं लिहिलेली असतात, बँक असते आणि बंगले असतात. कागदी खोट्या नोटा आणि प्लास्टिकची नाणी. आपण सावकार आणि भिडू पण सावकार. प्रत्येक स्टेशनला किंमत आहे. आपण विकत घ्यायचं ते स्टेशन. त्या स्टेशनावर जर भिडू मुक्कामी आला तर त्याने आपल्याला भाडं द्यायचं... असंच काहीतरी होतं त्या खेळात. घरात आला राहायला तर भाडं द्यायचं. बँक कर्ज देणार. ते फेडता आलं नाही की आपलं घर गेलं...

त्या वयापासून व्यवहार शिकवण्याचा प्रयत्न खेळ करतो आहे. माणसं मोठी होतात तरी त्यांना तो खेळ खेळता येत नाही. आयुष्य संपून जातं आणि तरी

व्यवहार मागे उरतो. घर जातं आणि...

घर गेलंच माझं. भातुकली अंगणात फुटून गेली. नीटनेटकी खेळायची होती मला; पण नाही खेळू दिली. स्वत:पण नीट खेळले नाहीत आणि आईलाही खेळू दिली नाही. भातुकली दोघांचीच असते ना. त्यात तिसरी आली की कली आला.

कुठे भेटली ती बाबांना कुणास ठाऊक? एक दिवस तिला घरी घेऊन आले.

"ही तुझी सवत..."

"काय?"

"लग्न करणार आहे हिच्याशी मी. तू लिहून दे की तुझी काही हरकत नाही."

"शक्य नाही."

"ठीक आहे, मग ही इथे विनालग्नाची राहील. तू आजपासून बाहेर झोपायचंस. आणि तुझ्या या पोरीलासुद्धा बाहेरच झोपवायचं."

"माझी पोर? एकटीची? तुमची नाही?"

"नाही. पोरगा असता तर... तू काही देऊ शकली नाहीस. तेव्हा आता ही मला पोरगा देईल. घरातली कामं नेहमीसारखी झाली पाहिजेत. त्यात चूक चालणार नाही. आणि हिला काही काम सांगायचं नाही. हिला जर त्रास झाला इथे तर तुझी गाठ माझ्याशी आहे हे लक्षात ठेव."

मोडला डाव आईचा. आणि मग माझाही. मी काय केलं होतं असं? आई माझा राग का करू लागली?

दोरीच्या उड्या म्हणून पण एक खेळ असायचा. दोघींनी दोन टोकं धरायची आणि मधलीने उड्या मारायच्या. जर पाऊल चुकलं तर तोंडघशी पडणार. ती लय साधता यायला हवी. सिंक्रोनाइज्ड असायला हवं. आई-बाबा दोन टोकं धरून होते आणि मी उड्या मारत होते. मग एक टोक दोघं धरू लागले एका बाजूने आणि एका बाजूला एकच. लय बिघडली. मी तोंडघशी पडले. लहानपणातले खेळ लय साधायला शिकवतात. बॅलन्स साधायला शिकवतात. जर खेळ खेळले गेले तर.

बाबांनी वेगळाच खेळ मांडला आणि तोल गेला. मी नकोशी झाले. त्यांना आणि आईलासुद्धा. त्या वेळी तिला सायन्स माहीत नव्हतं. मलाही माहीत नव्हतं की जर मुलगी झाली तर त्यात बाईचा दोष नसतो. एक्स आणि वाय...

अर्थात जरी सायन्स माहीत असतं तरी फारसा काही फरक पडला असता असं नाही; कारण ती भित्री होती. राबत राहिली, त्या खोलीतले आवाज ऐकत राहिली. ऐकत राहिली; पण माझ्या कानांवर हात नाही ठेवला तिने. असाही व्यवहार असतो हे मला त्या वयात समजलं. पैसा पाहिजे हातात हेही समजलं; पण कसा मिळवायचा हे मात्र समजत नव्हतं.

आणि एक दिवस माझी आई हे जग सोडून गेली. ती बाई आता माझ्या वडिलांची बायको झाली. माझी कटकट नको म्हणून मला मामाच्या घरी पाठवण्यात आलं. माझ्या आईचा भाऊ. मामा.

मामाच्या गावाला जाऊ या... झुकुझुकु आगीनगाडी... हे मामाचं गाव सुट्टी असेल तर फार गोड असतं. कायमचं त्या गावी राहायचं तर मात्र काव काव.

चक्क बाहेर पडले त्याच्या घरातून. कुठे जावं हा प्रश्न होता. लपाछपीचा खेळ. सगळे लपले होते आणि मला शोधून काढायचं होतं की कोण आहे माझं? कोण घेणार आहे माझा डाव? माझ्यावरच राज्य का? राज्य का म्हणायचे? कुणावर राज्य? ज्याच्यावर राज्य तो तर गुलाम होता. त्याने सर्वांना हुडकून काढायचं. कुणी भोज्ज्या केलं की राज्य पुन्हा... पहिल्यापासून.

राज्य करणारे किती दिमाखात राहतात. किती मान असतो त्यांना. सलाम करतात सगळे. आणि खेळात आलेलं राज्य मात्र... हिणवलं जातं, थट्टा केली जाते. राज्य दे... म्हणत सतावलं जातं. नको बुवा हे राज्य..

मला आपलं हवं होतं एक छप्पर.

कुणीतरी म्हणालं की आहे एक अनाथाश्रम...

"एकटीच आहेस बाळ?"

"हो"

"आई-वडील?"

"वारले."

"नातेवाईक?"

"कुणी नाहीत."

"राहणारी कुठची?"

"गाव नाही मला."

"किती शिकलेली आहेस?"

"खूप."

"काय काय येतं?"

"रडू येतं, राग येतो, मारावंसं वाटतं, मरावंसं वाटतं... घृणा येते..."

"बस.. नाव काय?"

"रंजना."

"पूर्ण नाव सांग..."

"रंजना कमला माळी."

"वडिलांचं नाव?"

"माहीत नाही."

"असो... इथे राहायचं तर शिकावं लागेल. काम करावं लागेल."

"चालेल."

बाप्पा बाप झाले माझे. कशी कोण जाणे मी त्यांना आवडू लागले. ते माझी काळजी घेऊ लागले. मला शिकवू लागले. मी रमले आश्रमात. मोठी होत होते तशी जाणीव होऊ लागली की आपल्या आपण जगू शकतो. स्ट्रायकर आपल्या हातात आहे आता. जी कुठली सोंगटी दिसेल तिला मारून खड्ड्यात टाकू शकू. आत्मविश्वास मिळाला. नकळत आश्रमात सगळे माझं ऐकू लागले. मी सांगेन ते काम करू लागले. आणि अगदी हसतखेळत. मला काहीही जिंकायचं नव्हतं. ना या समाजाला दाखवून द्यायचं होतं की मी आहे. मला फक्त जगायचं होतं एक पूर्ण जीवन. साधी अपेक्षा होती. माझं एक घर हवं आणि संसार हवा. एखादं मूल हवं आणि माझ्यासाठी असणारा नवरा हवा. मी भातुकली खेळेन आणि मीच राणी असेन. दोरीचं टोक माझ्या हातात असेल आणि मी शिडीवरून वर- वर जात राहीन. अगदी सामान्य अपेक्षा. ना कसलं वैर मनात, ना कशाची हाव.

बाप्पा मला बघत होते. माझं वागणं बघत होते. मला योग्य स्थळ मिळावं असं त्यांनाही वाटत होतं. ते मला तसं म्हणालेही...

"रंजू, एक छान जोडीदार हवा बघ तुला. तुझ्या मनात कुणी आहे का?"

"बाप्पा, हा आश्रम सोडून मी कुठे जाते का? बाहेर गेले असते तरच कुणी भेटेल ना. मला नाही कुणाला भेटायचं अथवा निवडायचं. तुम्ही सांगाल तसं."

"तो माणिकचा भाऊ येतो इथे वरचेवर. तुझ्याशी बोलतो. तूही छान हसत असतेस तो आला की."

"मी तर सगळ्यांशी हसून बोलते, बाप्पा. हा आश्रम सर्वांना हसायला शिकवतो. जीवनाचा आनंद घ्यायला शिकवतो."

"तो तुला आवडतो का?"

"बाप्पा, निवड करायला एकापेक्षा जास्त हवेत. एकालाच बघितलं तर त्याला निवड म्हणत नाहीत. आवड म्हणत नाहीत; पण, हो, तो चांगला आहे. आवडतो मला. त्याची सभ्यता आवडते. जर ती खरी असेल तर."

"ठीक आहे. मी तुला निवड करायची संधी देईन."

"नको बाप्पा. असू दे. मी इथे आनंदात आहे."

"त्याने आपणहून विचारलं आहे. तुला मागणी घातली आहे. म्हणून विचारलं."

"खरंच?"

“हो.”

“असं?”

“काय सांगू त्याला?”

“मी... मी... म्हणजे...”

“मान्य आहे...”

“हसू नका ना बाप्पा...”

“होकार कळवतो.”

आणि रंजनाला नाव मिळालं. रंजना राजीव केसकर.

छान होतं घर राजीवचं. पहिल्याच रात्री मी त्याला विचारलं होतं,

“तुला माझी बॅकग्राउंड माहीत आहे?”

“नाही; पण त्याने काही फरक पडत नाही.”

“हे मान्य; पण तरी तुला माहीत असणं महत्त्वाचं आहे.”

सर्वकाही सांगून टाकलं. त्याने ते शांततेने ऐकून घेतलं. मी खोटं का बोलले आश्रमात... बाप्पांना खरं कधी का नाही सांगितलं? असे कुठलेही प्रश्न त्याने मला विचारले नाहीत.

“एकदा मी बाप्पांना सांगायला गेले होते की मी नक्की कोण आहे. कुठून आले... तर त्यांनी मला थांबवलं. म्हणाले, ‘तू कुणी पण अस, कुठूनही आली असशील, इथे येऊन पोचलीस ना.. मग संपलं. पुढे काही सांगण्याची गरज नाही. तुझ्यावर आता जे संस्कार होत आहेत ते या आश्रमाचे संस्कार आहेत. तू आश्रमाची मुलगी आहेस.’ आणि मी गप्प झाले. तरीही मला राहवलं नाही म्हणून इथे येण्याआधी एक वही माझ्या खोलीत ठेवून आले आहे. त्यात मी सर्वकाही लिहून ठेवलं आहे.”

राजीव हसला. त्याने माझ्यासमोर ती वही ठेवली. मी चकित झाले होते.

“बाप्पांनी मला ती वाचायला दिली.”

“तुला माहीत होतं आधीच?”

“तू ज्या रात्री ती वही लिहिलीस, त्याच्या दुसऱ्या दिवशी मला ही वही बाप्पांनी दिली. त्यांना ती कशी मिळाली, हे मात्र मला माहीत नाही. मी विचारलं नाही. तुझा खरेपणा मी जाणून होतो; पण या वहीने त्याला झळाळी दिली.”

भातुकली रंगत होती. शंमध्ये भर पडत होती. मी सुखात होते.

जेव्हा चाहूल लागली तेव्हा माझ्यापेक्षा राजीव जास्त खुशीत होता. किती जपावं त्याने मला! एक काम करू देईना. माहेरपणाला बाप्पांनी मला आश्रमात

बोलावून घेतलं. माझं बाळंतपण ते तिथे करणार होते.

रंजना राजीवचा जीव... राणा...! राणा नाव ठेवलं.

राणाच्या इवल्याशा मुठीत माझा दिवस बंदिस्त झाला. त्याच्याशी मी सगळे खेळ खेळू लागले. लपाछपी, सापशिडी, कॅरम...! आता खेळात गंमत होती. डाव हरण्यात मौज होती; राणा मला हरवायचा की मी हरून घ्यायचे? पण तो जिंकला की रडायचा. हे काहीतरी नवीनच. आई हरली म्हणून त्याला रडू यायचं. गंमत नि काय! मग मी जिंकू लागले. तो टाळ्या वाजवायचा आणि नंतर रडू लागायचा. हार-जीतमधलं दुःख आणि आनंद एकाच वेळेस कसं काय त्याला अनुभवता यायचं हे कोडं मला कधी सुटलं नाही.

राणा पहिल्यांदा शाळेत गेला. त्या दिवसातले ते दोन तास मला भकास वाटले. पोरगं रडलं नाही शाळेत. हसूनखेळून होता असं त्याच्या बाई म्हणाल्या. हे कसं शक्य आहे? इतकं मला बिलगलेलं माझं पोर, अचानक दूर कसं राहू शकलं?

बाप्पा म्हणाले,

"तुझे संस्कार आहेत. तू जे वाचत होतीस गर्भारपणी, ते त्याने मुरवलं त्याच्यात. रामायण, महाभारत, श्लोक, सर्वांचे परिणाम होतात गर्भावर. त्याने कसं जगायचं हे तेव्हाच ठरवलं आहे. चिंता नको आणि कष्टी पण होऊ नकोस."

तरी झालेच मी कष्टी. आपल्याशिवाय त्याचं काही अडणार नाहीये, हे मला पचवणं जड जात होतं. बरं, तसं बघावं तर तो अजून गळामिठी घालून झोपतो. मी जरा त्याचे हात बाजूला केले तर जास्तच घट्ट धरतो. हे म्हणजे त्या खेळासारखं. तो जिंकला तर तो हसणार आणि मग मी हरले म्हणून रडणार. एकाच वेळेस त्याला हरायचं पण नाही आणि जिंकायचं पण नाही.

राणा वेगळा आहे असं शाळेतल्या त्याच्या टीचर्स मला सांगत. मी मनात म्हणायची की मला माहीत आहे.

आता राणा पहिलीत गेला आहे. मोठा दिसायला लागला आहे. आता तो आपलं आपण करू लागला आहे. जेवताना सांडलं तर जेवून झाल्यावर स्वतः स्वच्छ करतो. राजीवकडून सांडलं तर त्याला स्वच्छ करायला लावतो. राजीव मग मुद्दाम सांडवतो. त्याला स्वच्छ करायला सांगतो.

"करेन, पण मला पेन्सिल हवी."

"ती तर आहे तुझ्याकडे."

"नवीन हवी. टोक असलेली. आणि वास असलेलं रबर."

"कितीतरी आहेत तुझ्याकडे."

"तरी, अजून एक हवं."

"देईन, आधी स्वच्छ कर."

"पुन्हा सांडवणार नाही, असं म्हणा..."

"नको करूस स्वच्छ, आई करेल."

"माझी आई काही करणार नाही. तुम्ही करा."

आम्ही दोघं मग खूप हसायचो.

मुलं कशाने बदलतात? संगतीने? वय वाढत असतं आणि नवं जग दिसू लागलेलं असतं म्हणून? इतका समंजस राणा बदलतो आहे हे मला नाही लक्षात आलं. घरात सुबत्ता आहे. कशाला काही कमी नाही. जास्त नाही आणि कमी पण नाही. आई-वडील दोघंही प्रेम करणारे. रमवणारे. मुलासाठी वेळ देणारे. संस्कार करणारे. आणि इतकं सर्व असूनही...

मला धक्का होता तो जेव्हा मला शाळेतून समजलं की राणा पेन्सिल-रबर चोरतो. तसं तर मी त्याची स्कूलबॅग नेहमी लावते. मीच त्याची पुस्तकं, वह्या भरते. मला कधी पेन्सिल-रबर दिसले कसे नाहीत? बाकी हुशार आहे तो... असंही सांगितलं; पण मग ही खोड का लागावी? थ्रिल म्हणतात ते हेच का?

"त्याला काही विचारू नकोस."

"विचारू नको? मग समजणार कसं आपल्याला की तो त्या वस्तूंचं काय करतो?"

"तू टीचरला विचारायला हवं होतं की त्यांनी त्याला चोरी करताना बघितलं का? कशावरून त्या हा आरोप करत आहेत?"

"त्या खोटं का सांगतील? शिवाय तो हुशार आहे, असंही म्हणाल्या ना."

"तू त्याच्याकडे लक्ष ठेव. त्याला आत्ता काही विचारू नकोस. तो नाकारेल. आणि मग जास्त सजग होईल."

"बरं."

"आणि काहीही झालं तरी मारायचं नाही."

"मी कधी हात उचलला आहे?"

"तशी वेळ कधी आली नाही. असे प्रसंग येणार आता, वय विचित्र असतं हे. गंमत वाटते. चोरी हा उद्देश नसतो. आणि आत्ताच त्याला सांभाळावं लागेल. आपण दोघं मिळून काळजी घेऊ. मीही बघेन. तू अस्वस्थ होऊ नकोस."

पुढे मग जरा जास्तच लक्ष ठेवून होते; पण तसं काही दिसलं नाही. पुन्हा तक्रार पण आली नाही. मी शांत झाले. राणा मजेत होता. बक्षिसं मिळवत होता. तो कधी बोबडं बोलला नाही. त्यामुळे वक्तृत्व स्पर्धेत हमखास बक्षीस घेऊन

यायचा. मी रमले होते माझ्या भातुकलीत.

आणि अचानक दारात मी बाबांना बघितलं. तिच्या बरोबर. खूप म्हातारे झाले होते. टक्कल पडलं होतं. जरा वाकले होते. ती तशीच होती. जरा जाड झाली होती. का आले आहेत?

"कशी आहेस?"

"माझा पत्ता कुणी दिला?"

"मिळवला."

"कशासाठी?"

"बघावंसं वाटलं तुला."

"आत्ता? इतक्या उशिराने?"

"चुकलं माझं."

"बिलकूल."

"आत येऊ?"

मी दारातून बाजूला झाले. राणा नवलाईने बघत होता. हे चेहरे त्याने प्रथमच बघितले होते.

"अरे वा! नातू माझा... नाव काय बाळा तुझं?"

"राणा राजीव केसकर."

"हुशार दिसतोस. मी कोण आहे, माहीत आहे तुला?"

"नाही."

"मी तुझा आजोबा आहे. आणि ही तुझी आज्जी."

"बाबा, त्याला खोटं काही सांगू नका. राणा, ही तुझी आज्जी नाही."

"आणि मग आजोबा?"

"हो. आजोबा आहेत, हे खरं आहे."

"म्हणजे तुझे बाबा?"

"हो."

"बाळ, हे बघ तुझ्यासाठी काय आणलं आहे."

"नका देऊ त्याला काही. त्याच्याकडे त्याच्या वडिलांनी दिलेलं सर्वकाही आहे."

"नको आता राग ठेवूस. झालं गेलं गंगेला मिळालं."

"मी आज्जी आहे तुझी. ये राणा. हे बघ..."

आणि मग एक आख्खी पिशवी त्याच्या समोर रिकामी झाली. खेळणी, कपडे, नवीन स्कूलबॅग, कंपास, पेन्सिलींचा आख्खा बॉक्स, रबर आणि काय काय..

"कशाला आणलं आहे हे सर्व?"

"आई, मला आवडलं."

"राणा, तू बाहेर जा खेळायला."

"बसू दे गं."

"नको. जा राणा..."

"हं, बोला, काय काम आहे?"

"कामासाठी नाही आलो."

"मला मुलगा आहे एक, ही पण माहिती काढलीत?"

"हो."

"का?"

"चुकीची भरपाई करायला. चुकलो आम्ही दोघं."

"माझा हिच्याशी काही संबंध नाही. ती चुकली की नाही, हे मला माहीत नाही. तुम्ही चुकलात हे मात्र निखालस सत्य. आई गेली माझी आणि मग माझं पुढे काय झालं हे विचारायला आलात का कधी? वडील असून मी अनाथ होऊन वाढले..."

"चुकलो..."

"किती वेळा हेच म्हणत राहाल? आणि एक सांगते, माझं काहीही वाईट झालं नाही. उत्तम नवरा मिळाला मला. सुरेख संसार आहे माझा. आईचे आशीर्वाद आहेत आणि बाप्पा माझ्या डोक्यावर आजही मायेने हात ठेवू आहेत."

"बाप्पा खरंच देवमाणूस."

"आणि तुम्ही?"

"राक्षस म्हण हवंतर."

"मी कशाला काय म्हणू? मला बाप्पांनी असं काही शिकवलं नाही. तुमच्या सावलीत वाढले असते तर मीही राक्षस झाले असते."

शांतता पसरली. काय बोलावं हे मला समजेना. ते दोघं मान खाली घालून बसून राहिले. सापशिडीचा खेळ आठवतो? मी शिडीवर आहे आणि हे दोघं सापाच्या फण्यात. घसरत जात आहेत. खाली खाली. मला हसू आलं.

"रंजू,"

"या, जावईबापू."

"राणा दारात का उभा आहे?"

"म्हणजे तो सर्व ऐकतो आहे तर. राणा... येऊ दे त्याला आत. ऐकू दे समोर बसून."

"ये आत."

"बाबा, हे माझे आज्जी-आजोबा आहेत."

"मला माहीत आहे. बसा. मी आलोच."

“आई, ही तुझी आई नाही...”

“नाही.”

“आणि आजोबांची बायको आहे?”

“हो.”

“त्या सिरियलमध्ये दाखवतात तशी? सावत्र?”

“कुठे ऐकलास हा शब्द?”

“शेजारी काकू एक सिरियल बघत होत्या. मी तिथे होतो, तेव्हा त्या असं म्हणाल्या. टीव्हीतल्या एका बाईकडे बघून.”

“काय काय दाखवतात हल्ली.. तू जा बाहेरच. अहो, याला जरा फिरायला घेऊन जा.”

“आलो. काय झालं?”

“तुम्ही इथेच बसा. राणा, तू जा...”

“असू दे गं पोराला. सारखं काय त्याला जायला सांगतेस? मी खाणार आहे का त्याला?”

“काय माहीत? माझ्या आईला खाल्लं...”

“तिची सेवा केली हिने. किती आजारी होती शेवटी, तू बघितलं आहेस.”

“त्या आजाराला कोण होतं कारणीभूत? आणि जाऊ दे ना, मला नाही चर्चा करायची.”

“आई, रडू नकोस ना...”

“नाही रडत... नाही रडत.”

“डोळे पूस.”

“पुसले. तुम्ही जा आता.”

“तुला काही द्यायला आलो आहोत. गावची जमीन, घर.”

“नको आहे.”

“घर आहे गावाला?”

“हो रे पोरा, मोठ्ठं घर आहे. तुला बघायचं?”

“हो.”

“काही नको. त्याच घरातून मला बाहेर काढलं होतं. माझ्या हक्काच्या घरातून. आता नाही मी यायची.”

“आणि काय काय आहे?”

“खूप आंबे आहेत, झोपाळा आहे.”

“मला आंबे आवडतात...”

“अहो, हा बघा ना...”

"बाई गं, माझी लेक तू. विसरून जा."

"तू तर मला काही सांगूच नकोस. मी तुझी मुलगी नाही. तुला असेल की तुझा मुलगा. मुलगा हवा म्हणून ना आणली तुला?"

"देवाने शाप दिला बाई, माझी कूस कधी उजवली नाही. तूच माझी मुलगी, एकदा तरी आईपण मिळावं मला म्हणून..."

"अस्सं, म्हणून आलीस माझ्याकडे? इतक्या उशिरा आई व्हावं असं वाटलं? माझे अनाथ दिवस कधी आठवले नाहीत? जा बाई, जा तू. मला काहीही नको आहे. तुझी माया नको आणि वडिलांचं छत नको. या तुम्ही आता."

दोघं गेले तशी घर शांत झालं. एव्हाना रडून रडून माझे डोळे सुजले होते. राणा कावराबावरा झाला होता. मला मिठी मारून बसला. मी हसावं म्हणून स्वत: हसून दाखवू लागला. माझे मुके घेत राहिला.

"तू रडू नको आई. मी आहे ना तुझ्यासाठी? तू रडलीस की मला रडू येतं."

"नाही रडत राजा."

राजीवने कुकर लावला. सहज समोर लक्ष गेलं. बाबांनी आणलेल्या वस्तू जमिनीवर पडून होत्या. मला काय झालं कुणास ठाऊक... मी तावातावाने तिने आणलेल्या सर्व वस्तू गोळा करू लागले. आणि तितक्यात राणा धावत आला. तो एक एक वस्तू उचलू लागला अगदी घाईघाईने.

"राणा..."

आता त्याचं माझ्याकडे लक्ष नव्हतं. माझ्या रडण्याला आता महत्त्व नव्हतं. तो त्या वस्तू डोळे फाडफाडून बघत होता. त्याने कधी इतक्या चांगल्या वस्तू हाताळल्या नव्हत्या. मी म्हटलं ना, परिस्थिती चांगली पण नव्हती आणि वाईटही नव्हती. तो त्या वस्तूंत पार गुंतून गेला.

सापशिडीचा खेळ आठवतो? मी शंभराव्या घरात पोचतच होते, माझा मान राखून, त्यांच्या खोट्या प्रेमाला नाकारून, राजीवचा सन्मान ठेवून, आणि सोंगटी अठ्याण्णवाव्या घरात पडली... राणाने मला हरवलं. तो पेन्सिलचा बॉक्स हातात घट्ट धरून बसला आणि सुगंधित रबरांचा वास घेत राहिला. मी खेचून घ्यायला लागले तशी त्याने मला धक्का दिला आणि मी पडले. आता त्याला काहीही आठवत नव्हतं. माझा झालेला छळ, माझं उपाशी बालपण... सावत्र आई... काही म्हणजे काहीच नाही...

त्याने धक्का दिला आणि मी खाड्कन चौथ्या घरात येऊन पडले.

◆

होय सो होय

जाफळ्यात कोंबडा बांग देत होता. खरंतर फटफटायला अजून अवकाश आहे. या कोंबड्यांना कसं काय समजतं बुवा की आता काही वेळातच फटफटणार आहे म्हणून? चोच खुपसून ठेवतात मातीत आणि... त्यांना सूर्याचा गंध येतो की काय तिथे? तो सूर्य त्याच्या मागे काळोख करून इथे उजेड करायला येतो आहे. आणि चंद्राने इथे पाण्यात बुडी घेतली आहे आणि तिथे तो पाण्यातून डोकं वर काढतो आहे. पाणी शांत आहे. त्याला काही फरक पडत नाही. काळोख तर काळोख, प्रकाश तर प्रकाश... लाटा येतात आणि जातात. फेसाळतात, संथ होतात... त्यांना त्याचं काही नाही आणि इथे त्या कोंबड्याला पण काही नाही. जोपर्यंत त्याची मान मुरगळून कुणी त्याला गट्टम करत नाही तोपर्यंत तो बांग देत राहणार.

पुन्हा आरवला तो. आता मात्र सारजा उठली. उठावंच लागलं. भाकर-चटणी करायची होती. पाण्याचे घडे भरायचे होते. अंगणाला पाण्याने शिंचायचं होतं. रांगोळीच्या दोन रेघाट्या ओढायच्या होत्या... आणि कामाच्या एक संगत विचारात तिची नजर पलीकडच्या कांबळ्यावर गेली. शंकर पाय पोटाशी मुडपून झोपला होता. इतका मोठा झाला तरी त्याची पाय मुडपून झोपायची सवय काही गेली नाही. पाठीचं पार धनुष्य करून टाकतो. आणि चेहरा बघा तरी, किती निरागस. काही काही जण कितीही मोठे झाले तरी झोपेत निरागस दिसतात. जागेपणी मग ते कितीही लबाड असोत; पण निजले की अगदी लहान पोर. हा पण अगदी लहान पोर आहे अजून. जागेपणी पण निरागस आणि झोपेतसुद्धा तसाच... निरागस.

त्याच्या केसांवरून मायेने हात फिरवत सारजा मागचे दिवस आठवू लागली. दगडूशी लग्न होऊन ती या घरी आली तेव्हाचा दिवस. आधी पसंत नव्हताच दगडू तिला. दगडू हे काय नाव आहे? पण मग आय म्हणाली की नावात काय हाय? शेती आहे चांगली, एकुलता एक पोरगा हाय. ना नणंदेचा जाच ना दिराचा व्याप. जे काही आहे ते सर्व तुझंच. चार पोरं जगली नाहीत तशी नवस केला आणि दगडू नाव ठेवलं तुझ्या सासूनं. दृष्ट लागू नाही म्हणून. नाव विसर, आणि संसार बघ.

मानलं तिने. आणि खरंच, काही वाईट झालं नाही. दगडूला विडीकाडीचंसुद्धा व्यसन नाही. वागायला बरा. आपलं बरं... असा. ना कुणाच्या अध्यात ना मध्यात. श्रीमंती नाही तशी गरिबी पण नाही. दुख नाहीच.

एकच दुख होतं, कूस रिकामी होती. किती देव झाले, देवी झाली, अंगारे-धुपारे झाले. शेवटी उशिराने तेहत्तीस कोटी देवांपैकी एक देव पावला. नवसाने झालेला शंकर. नक्की शंकरच पावला असणार...

शंकराची छोटी छोटी पावलं अंगणात उमटू लागली तशी सारजा हरखून जाऊ लागली. दगडूचा हात धरून पोरगं जेव्हा पहिल्यांदा शाळेत गेलं तेव्हा तिने देवापुढे खीर ठेवली. उशीच्या खोळाची पिशवी म्हणजे त्याचं दप्तर. त्यात एक शेवेचा कडक लाडू, कागदात गुंडाळलेला आणि दगडी पेन्सिल आणि पाटी. पेन्सिल मोडायची नाही असं अगदी बजावून शाळेला धाडलेला शंकर आत्ता तिच्या डोळ्यांसमोर दिसू लागला. अनवाणी पाय पहिल्यांदा मातीच्या अंगावरून जाऊन डांबरी रस्त्यावर उमटले.

शाळेत जाऊन कलाक पण झाला नाही आणि राजे पुन्हा घरात.

"काय झालं?"

"काय व्हायचं? हे भोकाड पसरलं. बोट सोडीना. एकच रट्टा घातला तर जास्तच आवाज फुटला. बाई म्हणाली, आज राहू दे. उद्या बसवा शाळंत. तिथंच लाडू खाल्ला आणि आला घरला."

आणि मग हे असं महिनाभर चालू राहिलं.

"कामधंदा सोडून मी ह्ये करीत बसू की काय गं? आता उंद्यापासून तूच जा. मला न्हाई जमनार."

"आत्ता? पोराला जरा सबुरीनं घ्यायला शिकवायला नगं? तुम्मी अन् म्या तशेच न्हायलो अडानी. आता पोराला बी तसंच ठिवायचं म्हनता की काय?"

"आन शेत कोण करील? दोन दोन कलाक जात्यात रोजचे. काय कामधाम करू की नगं?"

"लै राग करून रहिले तुम्मी."

"तसं नव्हं गं. माजंच लेकरू हाय. लै जीव हाय, पन याच्या मागं जाऊ तर शेत... ती रोजीरोटी हाय आपली."

"बरं, न्हायलं. म्या जाईन."

आणि मग दुसऱ्या दिवशी सारजा घरातलं आवरून तयार झाली. नवीन कापडं घातली तिने शंकरला. आणि वाटभर गोष्टी सांगत सांगत शाळेपाशी घेऊन गेली. म्हणाली त्याला, "शंकरा, आता तुला मी गोष्ट सांगितली नव्हं ती तू बाईंना सांग. तुला बक्षीस देतील."

तसं तो हरखला. वर्गात बसला. रडला नाही. गोष्ट सांगितली, त्याच्या बोबड्या भाषेत आणि बाईंनी त्याला खडू दिला बक्षीस म्हणून.

लागली, शंकरला शाळेची गोडी लागली. आणि मग लागलीच. त्याला

कधी मग अभ्यास कर असं सांगावं लागलं नाही. तो शाळेत लाडका झाला.

साधं-सोपं आयुष्य. जास्तीचं काही मागणं नाही आणि काही कुणाला देणं नाही.

बघता बघता वर्षं जात राहिली. दगडूची चप्पल शंकरच्या पायाला येऊ लागली.

"आता शेत बगू लाग शंकऱ्या."

"बाबा, शिकायचं अजून मला."

"अजून? शिकून काय करणार रं?"

"नोकरी करणार बाबा. मोठी नोकरी. मग तुम्हाला पण शेतात राबायला नको. आता थकत चालला आहात तुम्ही. मी आहे ना. मी कमवीन."

"आणि बापजाद्यांपासून चालत आलेलं शेत, त्याचं काय करू? इकून टाकू?"

"नको. शेत करायला द्या कुणाला. आणि तुम्ही आराम करा."

"हयात ग्येली शेतात. त्या मातीत घाम मुरला आहे माझा. असं कसं द्यायचं?"

"मला तर शिकायचं आहे अजून बाबा."

"पैका न्हाई माज्याकडं आता."

"नको पैसे मला. मी नोकरी करून शिकणार आहे. रात्रीच्या कॉलेजात जाणार. दिवसभर नोकरी करणार."

"कोण देनार तुला नोकरी?"

"दादू सोनार देतोय. त्याचा हिशोब ठेवायचा रोजचा. पैसे मिळणार आणि वर सहा महिन्याला एक ग्रॅम सोनं. मायला दागिना करणार मी. तुला अंगठी करणार."

"अस्सं?"

"होय बाबा, करू द्या मला नोकरी. आणि शिकू द्या."

हो-ना करता करता दगडू हो म्हणाला आणि शंकर कामाला लागला. चार वर्षं मेहनत केली. आणि नंतर खरोखर दगडूच्या बोटात अंगठी आली. आणि सारजाच्या कानात कुडी आली.

शंकर शिकला. चांगला पास झाला आणि आता नोकरीसाठी वणवण करू लागला. दिवसभर दादू सोनाराकडे अंकमोड करत राहायचं आणि संध्याकाळ झाली की पेपर उघडून बसायचं. जिथे कुठे नोकरीसाठी अर्ज मागवले असतील, तिथे अर्ज पाठवत राहायचं.

दिवस भुर्र गेले होते. सारजा काही क्षणांत बावीस वर्षं फिरून आली होती.

तिने पुन्हा एकदा शंकरच्या चेहऱ्यावरून हात फिरवला. तिचा खरखरीत स्पर्श झाला तशी त्याने जरा चुळबुळ केली. त्याच्या मानेवरचं त्रिदल तिच्या नजरेस आलं. ही त्याची जन्मखूण होती. नवलच होतं. शंकर देव पावला असावा असा त्यांनी समज करून घेतला होता आणि म्हणून शंकर नाव ठेवलं होतं. ते त्रिदल शंकर जसा मोठा होत गेला तसं लहान होत गेलं; पण ती खूण आजही स्पष्ट दिसते.

दगडूला सारजाची चाहूल लागली. फटफटायला लागलं आहे... उठायला हवं. गुरांना चारापाणी करायचं आहे. दूध काढायचं आहे, उकाडा घालायला जायचं आहे. मग शेतावर जायचं आहे. आज कापणी व्हायलाच पाहिजे होती. बरीच कामं दिसत होती आणि ताडमाड वाढलेला शंकर अंगाचं मुटकुळं करून निजलेला दिसत होता. अचानक दगडूला राग राग आला. तो त्याला उठवू लागला तशी सारजा म्हणाली..

"निजू द्यात नव्हं."

"व्हय, सूर्य येतुया डोंबल्यावर आणि ह्याला निजू दे. ईक दिस उकाड्याला जायचा न्हाई, समदं म्याच करायचं."

"आत्ता? जातुया नव्हं कामाले. ही अंगठी काय अशीच गावली की काय?"

"येक अंगठी काय केलीया, अजून कौतिक चालतंय."

"आनी माझ्या कुड्या?"

"त्या बी येकदाच."

"तुम्मी ते येकदा बी न्हाई दिले... त्याचं काय? गुमान असा आता. नीज खराब होतीया त्याची. चला, च्या ठिवते आता. तो घ्या आनी..."

"जातू."

सारजाने स्टोव्ह पेटवला. रॉकेलचा वास घरात पसरला. शंकरला हा वास आवडतो खूप. पेट्रोलचा वास आवडतो. तो झोपेत श्वासातून तो वास भरून घेऊ लागला. सर्वकाही ऐकून न ऐकल्यासारखं करून गप्प पडून राहिला. एखाद्या वाटोळ्या अंगाच्या भुजंगासारखा.

खळ्यात तोही गाढ निद्रेत होता. दूरवर दिलेली बांग त्याला स्वप्नात ऐकल्यासारखी वाटते आहे. आपल्या शरीराचं वेटोळं तो आणखीन घट्ट करतो आहे; पण ते होत नाहीये. पोटाला मध्येच आलेला फुगीर फुगा त्याच्या अंगाला घट्ट करत नाहीये. एक छान गुबगुबीत ससा होता, अगदी काही तासांपूर्वीपर्यंत. त्याचं अस्तित्व आता त्या गाढ निद्रेत असलेल्या भुजंगाच्या पोटात विरघळत चाललं आहे. त्याच्या लसलसत्या शरीराचा मधलाच भाग टम्म फुगलेला आहे. ससा खूपच

चपळ होता. हिरव्यागार शेतात तो पांढरा डाग, कधी इथे तर कधी तिथे, निमिषात अदृश्य... पण त्याची नजर रोखलेली. एखादा दोरखंड निपचित पडलेला असावा तसा तो, निपचित. आणि विहार करत करत त्या दोरखंडाच्या नजीक येत जाणारा तो पांढरा ससा. त्याला धोक्याची जाणीव झाली तशी त्याने एकच छलांग घेतली; पण भुजंग तयारीत होता. त्याची झडप, त्याचा एकच फटकारा आणि ससा निपचित. अलगद त्याच्या मुखात... जणू एखाद्या गुहेत जातो आहे. तशी ही शिकार अगदीच सहजी नव्हती. इतकं मोठं अंग सळसळत न्यायचं... सहजी गवसलेलं सावज शिकारीची मजा देत नाही. आतून भूक चाळवली जाते, अगदी खोलवर भुकेचा डोंब उसळतो आणि त्या क्षणी झेप घ्यायची. आतून उतू जाणारा लाव्हा त्याला खाद्य मिळतं, तसा शांत होत जातो. शांत होता होता भुजंग शांत होतो आणि अंगाचं वेटोळं करून उंच जाणाऱ्या गवतात पडून राहतो.

खळ्यामध्ये भुजंग निद्रिस्त आहे. सकाळ झालेली आहे आणि आता खळ्यात माणसं येऊ लागली आहेत. उठावं लागणारच आहे. जशी माणसांना त्याची भीती तशीच त्यालासुद्धा माणसांची भीती. जाग जागी होऊ लागली.

जाफळसुद्धा आता जागं झालेलं आहे; पण जरा सुस्त आहे. रविवार आहे म्हणून कामाची तितकीशी धांदल नाहीये. मुल्लाने मात्र दुकान घातलं आहे. बकऱ्याचं मटण, आज धंदा जोरदार होणार हे त्याला माहीत आहे. त्याच्या दुकानातलं मुंडासं बांधून आणि जाळीचा बनियन घालून तयार आहेत. सुऱ्याला धार लावायचं काम चालू आहे. काळा फत्तर उन्हाच्या कोवळ्या किरणात चमकतो आहे. स्स ऽ स्स आवाज येतो आहे. सुरा कडेने चमकू लागला आहे. कोंबड्यांचा कलकलाट चालू आहे. एका छोट्याशा पिंजऱ्यात दहा-बारा कोंबड्या दाटीवाटीने कोंबल्या गेल्या आहेत. तीन-चार बकरे आता हलाल होणार आहेत. मुल्ला गल्ल्यावर मांड ठोकून बसला आहे. चौकटीची लुंगी आणि जाळीदार बनियन, गळ्यात रुमाल, तोही चौकड्यांचा. आजचा भाव एका काळ्या तुटक्या बोर्डवर खडूने लिहून ठेवलेला आहे.

"क्या मुल्ला, आज भाव कुछ ज्यादा लगाया है।"

"क्या करें, कोल्हापूर तक जाके लाना पडता है। ये टेम्पोवाले भाव लगाते है तो मेरा भाव वैसेइच जादा-कम हो जाता है। कितना चाहिये? चिकन दूं के मटन?"

पाणी पाजलं जातं आणि मग गळ्यावरून सुरा फिरवला जातो. एकच चिळकांडी उडते, थोडी तडफड आणि मग सर्व शांत.

समोर चक्की आहे. विठ्ठल चकतीला टाके मारत बसला आहे. ठणठण

आवाज घुमत राहतो. चिपा उडत राहतात. हातोड्याच्या प्रत्येक घणागणीक तो विठ्ठल विठ्ठल ऽ म्हणत राहतो. शेवटी फक्त ठ्ठऽठ्ठ इतकंच ऐकू येऊ लागतं. हातोड्याचा घण आणि ठ्ठ सरमिसळ होऊन जातात. गावातली बारकी पोरं विठ्ठलाच्या भोवती पिंगा घालत फिदिफिदि हसत राहतात. स्वत:च्या नावाने घण घालणारा विठ्ठल त्यांना मजेशीर वाटतो. दुपारपर्यंत चक्की सुरू होणार.

आता बाजार बहरला आहे. पान-सुपारीचा ठेला रंगत चालला आहे. कुठे घराबाहेर खाटेवर निरुद्योगी बसलेले आहेत आणि चंचीची अदलाबदल होत आहे. गावच्या कागाळ्या करण्यात त्यांचा सकाळचा वेळ कारणी लागतो आहे. कुणाची सून तर कुणाचा पोऱ्या, कुणाची लफडी आणि मग शेवटी खळ्याच्या, शेताच्या गोष्टी. पीकपाणी, कापणीच्या चर्चा. कुणाचं शेत किती पुरुष उंचीचं, आणि कुणाच्या खळ्यात कोणती भाजी...

देवळात घंटा वाजू लागली तशी खाटल्यावर बसल्या बसल्या त्यांनी हात जोडले. आता बैठक उठायला हवी. रामराम करत एक एक बूड उठू लागलं आणि सोग्याचा बुच्चा धरून चालतं होऊ लागलं. ज्याच्या दारात बैठक भरली होती त्याच्या छपरातून आवाज आला आणि तो न्याहारीसाठी आत चालता झाला.

घंटा वाजतच राहिली. हा हनुमान आहे; पण हा दक्षिणाभिमुखी हनुमान. खरंतर ती मूर्ती ज्या दिशेने ठेवली असती ती मूर्ती त्यामुखी झाली असती. कुणीतरी त्या मूर्तीचं तोंड दक्षिणेकडे केलं आणि तशी मूर्ती बसवली म्हणून तो हनुमान दक्षिणाभिमुखी झाला. जागृत की काय... कुणास ठाऊक.

तो पुजारी कायम चिंतेत. लोकांची श्रद्धा कमी होऊ लागली आहे असा त्याचा समज आहे. श्रद्धा कमी म्हणून कमाई कमी. ती वाढवायची कशी? आत्तासुद्धा आरती चालू असताना तो याच विवंचनेत होता. हनुमानाने उड्डाण घेतलेलं होतं आणि पुजाऱ्याने तबक खाली ठेवलं. छोट्याशा गाभाऱ्यात चार डोकी आणि पोरांचा आरडाओरडा चालू होता. आरती संपून प्रसादासाठी वाट बघणं चालू होतं.

"शिंच्यांनो, एकतरी श्लोक पाठ आहे का? एकतरी आरती पूर्ण येते का? फुका प्रसादासाठी येता. काही मिळणार नाही आज प्रसाद. पळा."

एकही पोरगं जागचं हललं नाही. पुजाऱ्याची शेंडी बघून दात विचकू लागली. पुजारी कावला. एकदाची आरती संपवली आणि त्याने दोन दोन फुटाणे प्रत्येकाच्या हातावर टेकवले. तबक, नारळ, फुटाणे, चणे आणि आलेलं तेल सर्वकाही गोळा करून देवळाला कुलूप घालून पुजारी घराला निघाला.

'कुठल्या गावात येऊन राहिलो आपण? आपल्या ज्ञानाची इथे कदर नाही. कोल्हापूरला जावं का? देवी आहे तिथे, जवळच ज्योतिबा आहे. कुठे पण चालेल

की आपल्याला. उद्या जाऊन आलं पाहिजे. उद्या का? आजच जाऊ की.'

मनाशी बेत आखून पुजारी घरी पोचला. बायकोला पान घ्यायला सांगितलं आणि झोळी भरू लागला.

"कुठे निघाली स्वारी?"

"जातो कोल्हापूरला. दुपारची एसटी घेतो. उद्या पहाटेला परतेन."

"काय मधेच?"

"हे काय गाव आहे? चार डोकी नसतात देवळात पुजेला. हे बघ, फक्त पन्नास पैसे टाकले ताटात. अशाने घर चालणार होय? भक्ती नाही राहिली आता गावात. जातो कोल्हापूरला. अण्णूला भेटतो. तो मोठा पुजारी झाला आहे तिथे. त्याच्याशी जरा बोलतो आणि जर मिळत असेल तिथे नोकरी तर बघतो."

"नोकरी?"

"तर! मोठं देऊळ आहे ते. पाळ्या असतात पुजाऱ्यांच्या तिथे. रगड जमतात पैसे. शिवाय नारळ, खण, साड्या, फुलं, पेढे, उदबत्त्या... एक ना दोन. काही विचारू नकोस. इथून घ्यायचा माल आणि मागच्या दाराने पुन्हा दुकानात विकायला ठेवायचा."

"असं करतात?"

"आता मी काही खात्रीने म्हणत नाही असं; पण असेल. हेच तर जाऊन बघायचं."

"वाढलं आहे, घ्या पटापट जेवून. एसटीची वेळ होत आली."

झोळी गळ्यात घालून पुजारी बाहेर पडला. एसटी पकडण्यासाठी जरा धावपळ करावी लागली; पण मिळाली.

"कुठे?"

"कोल्हापूर."

"काय हून?"

"असंच."

"कपाळावर आठ्या कशापाई?"

"काय करणार यशवंतराव? हातातोंडाचा मेळ बसेनासा झाला आहे. घरात खाणारी सहा तोंडं आणि मिळवणारा मी एकटा. महागाई आकाशाला भिडली आहे. हनुमानाला नमस्कार मिळणार तो फक्त शनिवारी. इतर वारी काय करायचं? आणि तेही काय मिळतंय? तीळ आणि तेल. ताम्हनात असतात पाच-दहा नाणी. संपलं. कसं जगायचं?"

"खरं हाय. मग? काय इचार काय हाय?"

"बघतो. काहीतरी हात-पाय हलवायला हवेत. जातो, महालक्ष्मीला साकडं

घालतो.''

''हनुमान ऐकत न्हाई व्हय? आता हनुमानाचा पुजारी त्याच्यावर इस्वास ठिवेना तर गाव तरी कसं इस्वास ठिवनार?''

''बरोबर आहे तुमचं; पण... जाऊ दे. तुम्ही कुठे?''

''ज्योतिबाला.''

''ज्योतिबा...!! ब्रह्मा, विष्णू आणि महेश एकत्र आले आणि त्यांना ज्योतिबा म्हणू लागले. साक्षात अंबाबाईला संकटातून वाचवलं. रत्नासुर नावाच्या राक्षसाला ठार केलं आणि तिथे जाऊन राहिला. असा तो ज्योतिबा.''

''आनी हनुमान काय सादासुदा व्हता व्हय? शीतेला कुनी दिला मेसेज रामाने धाडलेला? आनी रामाला पार लंकेला कुनी न्येला? काय पुजारीबुवा तुम्मी पन!''

''आहे, हे सर्वकाही खरं आहे; पण मी राम नाही आणि माझी सौ. सीता नाही. इथे चार घास मिळण्यासाठी हनुमान काही करू शकत नाही. ब्रह्मचारी तो. त्याला संसारातल्या काळज्या कशा समजणार? आणि हनुमान, तुम्ही बघा यशवंतराव... कुठेही दिसतो. जरा दगडाला शेंदूर फासला की झालं. हनुमान तयार. ज्योतिबाचं तसं नाही. त्याला भेटायला जायचं तर डोंगरावरच जावं लागणार.''

''त्ये बी खरं. पन मी काय म्हंतु... बगा पटलं तर. गाव सोडून कशाला जायला हवं? त्या मोठ्या शहरात आदीच लै झुंबड हाय पुजाऱ्यांची. नव्याने कुनाला ठिवतील असं वाटत न्हाई. राहा गावातच. आनी एक आवई द्या उठवून. ह्यो हनुमान जागरुत हाय. पावणारा हाय. त्याचं काय हाय की म्या सांगेन ना, ह्यो हनुमान नवसाले पावतो. एकाचं दोन व्हायला येळ लागत न्हाई.''

''असं म्हणता?''

''तर हो. शहरात जाल, मान्य; पन तिथं राहणार कुठं? मोठं शहर तर खर्च बी मोठाच असतो की. शाळा फी भरून, लाइट फी भरून. इथं देवळाच्या लाइटात भागतंय न्हवं? शाळा बी फुकट हाय. इचार करा.''

पुजारी विचार करू लागला. आणि त्याला पटलं. इथे गावात तो एकमेव पुजारी होता. सणामाशी दहाचे शंभर तरी लागायचे कनवटीला. तिथे शहरात भारंभार भटजी आणि पुजारी. आपला नंबर कधी लागणार तिथे? जावं परतून.

''मग हे ठरलं का? जागृत करायचं का हनुमानाला?''

''तर ओ! करायचं की. म्या हाय ना. उद्यापासून जागरुक करून टाकतो. तुमी जा परतून. आणि निवांत व्हा.''

पुजाऱ्याला अर्ध्या वाटेवरून परतून यायला दुपार झाली. गाव चिडीचूप होतं. उन्ह रणरण करत होतं.

सर्व काही शांत, निवांत. घर न् घर आळसावून पडून राहिलेलं. सुस्तावलेलं.

खळ्यात तोही सुस्तावलेला होता. उन्ह अगदी डोक्यावरून जरा मागे सरू लागलं तशी त्याची चाळवाचाळव होऊ लागली. फुगीर पोटाचा उंचवटा गेला होता. जरा अंग मोकळं करायला हवं असं त्याला वाटू लागलं. तो उगीच जरासा चाळवला; पण डोळे बंद होतच होते. शेपटीने एक फटकारा जमिनीवर मारला. गवत थरथरलं. पुन्हा शांत झालं.

कापणी भरीस आलेली होती. हात सटासट चालू होते. भरीव कणसं जमिनीकडे लवली होती. पीक बघून शेतकरी हरखून जात होते. वर्षभराची मेहनत कणसाच्या रूपाने डोलत होती.

सारजाने चटईला आत्ता जरा पाठ लावली. शंकर मोठ्या बाप्यासारखा पेपर वाचत बसलेला होता. कौतुकाने त्याच्याकडे बघत ती म्हणाली,

"काय करतो?"

"बातम्या वाचतो. नोकरी शोधतो आहे. उद्या काही अर्ज करेन अजून."

"गावेल रे. तू घोर नको लावून घेऊस."

"संध्याकाळला कोल्हापूरला जाणार आहे हणम्याबरोबर."

"कसा जानार हायेस?"

"स्कूटरवर. त्याची फटफटी आहे ना."

हे ऐकल्याबरोबर सारजा ताड्कन उठून बसली.

"जायचं न्हाई."

"का?"

"तुला सांगितलं हाय... तू दुचाकीवर बसायचं न्हाईस."

"माय, मोठा झालो आहे आता. माझा काही विश्वास नाही तुझ्या गोष्टींवर."

"इस्वास न्हाई? आरं, असं म्हनू नक्को. त्यो साधू आला होता..."

"थांब, हणम्या हाक मारतोय. आलोच."

जरासा डोळा लागावा म्हणून आडवी झालेली सारजा तशीच बसून राहिली. शंकर ऐकणार नाही हे तिला माहीत होतं आणि आता नव्या काळजीने तिला अस्वस्थ केलं. तिला ती संध्याकाळ अगदी स्पष्ट आठवू लागली.

मार्गशीर्षातली संध्याकाळ. आई यल्लमाच्या जत्रेसाठी, ती दगडू आणि शंकर गेले होते. शंकर असेल चार-पाच वर्षांचा. पौर्णिमेची रात्र, देऊळ नुसतं उजळून निघालेलं. ही गर्दी होती. कुणाच्या अंगात आलेलं तर कुणी ग्लानी येऊन पडलेलं. पानं नेसून घुमत घुमत बायका डोंगर चढत होत्या. त्यांना नमस्कार केले जात होते. आई यल्लमा त्यांच्या मुखातून बोलत होती. कुणाचं

भाग्य उजळणार होतं तर कुणाला संकटांना सामोरं जावं लागणार होतं. नवस बोलले जात होते. आदल्या वर्षी बोललेले नवस फेडले जात होते.

जत्रेत फुगे, भिंगऱ्या, बांगड्या, नऊवारी, खण, कुंकू, आरसे.. काय काय विकलं जात होतं आणि चक्रावर लहान मुलं गरागरा फिरत होती. कुठे चुली पेटलेल्या होत्या. परड्या भरून बायका एकमेकींना देत होत्या. डोक्यावर देवीला घेऊन कुणी नाचत होतं. एकच कल्ला!! कुठे मूल हरवलं होतं तर कुठे चपला हरवल्या होत्या.

एका वडाच्या झाडाखाली सारजा आणि तिचा संसार बसला होता. काटक्या जळत होत्या, तीन विटांची चूल भात शिजवत होती. रटरटऽऽरटरट. तितक्यात कुठूनसा तो आला. दाढी वाढलेली, पांढरीशुभ्र. भुवया आणि भरघोस मिश्या, त्याही पांढऱ्याशुभ्र. तांबडी कफनी आणि काखोटीला एक गाठोडं. हातात कमंडलू, एका हातात रुद्राक्षांची माळ.

"हर हर, हर हर.. भात वाढ मला."

"होतुया. बसा."

तो बसला. इतकी माणसं आणि हा आपल्याकडेच कसा काय आला याचं सारजाला नवल वाटलं.

बदामाच्या पानांना टोचून तिने पत्रावळ तयार केली आणि भात-आमटीचं पाणी त्याला वाढू लागली. जणू जन्माचा भुकेला होता. भाताने तळ गाठला तशी थांबला.

"तुझा मुलगा का?"

"हो."

"नवसाचा दिसतोय..."

दगडू चकित झाला...

"व्हय महाराज..."

"ह्याला जपायला पाहिजे, नाहीतर ह्याचा मृत्यू अटळ आहे."

"म्हाराज..."

"दोनचाकी वाहनापासून ह्याला धोका आहे. देऊ नकोस कधी. हर हर हर हर..."

आणि तो जसा आला तसा निघून गेला. अदृश्य झाला जणू.

आता सारजाच्या डोळ्यांसमोर तो महाराज उभा राहिला आणि तिच्या अंगावर सरसरून काटा आला.

"जाऊन येतो गं मी."

"न्हाई जायचं."

"काही होत नाही मला. लहानपणी सायकल शिकू दिली नाहीस. नाहीतर

आता मीच चालवली असती फटफटी.''

"याद राख. नवसाचा पोर आहेस माझा. ज्योतिबाला अकरा प्रदक्षिणा घालून नवस फेडला हाय. इतका मोठा डोंगर, अकरा प्रदक्षिणा म्हंजे काय हे समजतं का तुले? साधू भेटला आनी त्याने धोक्याचा सुचव दिला. काय तेज व्हतं त्याच्या चेहऱ्यावर. लै मोठा माणूस... त्याचं ऐकायचं. न्हाई म्हणजे न्हाईच जायचं.''

"बरं. नाही जात. इथेच चक्कर मारून येतो. पायी.''

"जा. आणि च्याला ये घरात.''

"येतो.''

सारजा शांत झाली. जरा लवंडली. कधी डोळा लागला काही समजलं नाही.

गाव आता हुशार होत होतं. उन्हं कलती झाली होती. शेतातून, खळ्यातून माणसं माघारी येऊ लागली होती.

पारावर एक एक डोकं दिसू लागलं. पत्राच्या तंबाखूच्या डब्या खिशातून बाहेर आल्या. गावात शिरणाऱ्या प्रत्येकाची चौकशी होऊ लागली. यशवंतराव दिसले तशी काही मंडळी उठून उभी राहिली. त्यांना जागा करून देऊ लागली.

"घ्या, मळून ठिवला आहे. भरा बार.''

"नगं. जरा बोलायचं हाय. काल माझ्या सपनात आपल्या गावातला हनुमान आला. मी चाट. म्हणलं, ह्यो इथं काय करतुया?''

"काय सांगता?''

"खोटं की काय? म्या इचारलं, देवा, काही चूक झाली काय? काही हवं काय?''

"मग?''

"ह्ये मोठा झाला. माझ्या घरच्या छताला टेकला. म्या घाबरलो. म्हनला, यशवंता, तुला माजा जन्म माहीत न्हाई. मी इथंच जन्मलो. मी स्वयंभू हाय. मला कुणी बनवलं नाही. माझी मूर्ती मीच बनवली आहे. मी जागृत आहे. सर्व काही बघत असतो. कोण काय करतं, आणि कसं वागतं. यापुढे माझी आरती रोजच्याला झाली पाहिजे. सर्वांनी आरतीला आलं पाहिजे. मी नवसाला पावणारा हनुमान आहे.''

"राव, काय म्हणता?''

"खरं न् काय! मी लोटांगण घातलं तशी गायब. डोळे उघडून बघतो तर समोर काळोख. आज पहाटे मंदिरात गेलो तर हनुमान हसत होता. मी पुन्ना दंडवत घातलं. ही आपल्या पुजाऱ्याची कमाल हाय. त्यो ज्या भक्तीने सेवा करतो, त्याचं फळ हाय. आता बोला. खुद हनुमान सांगून गेले सपनात.''

"पहाटे पडलं की काय?''

“अगदी झुंजूमुंजू व्हताना. शपथ.”

“म्हंजे आपलं हे देऊळ जागृत हाय...”

“व्हय...”

“रोजच्याला जायला हवं. आनी पूजा पण करायला हवी.”

“गावात सांगा समद्यांस्नी. आनी कुनी परगावाहून आला तर त्येला पन सांगा. माझं स्वप्न कधी खोटं ठरत न्हाय.”

“ह्ये ब्येस सांगितलं राव तुम्ही. आता घ्या ही गोळी आनी दाबा दाढंखाली. उद्यापासून... जय हनुमान...”

पक्षी घरट्याकडे परतत होते. त्यांचा कलकलाट सुरू होता. काही पक्षी असेच अलगद तरंगत राहिले. काही फांद्यांवर बसून अंग स्वच्छ करू लागले. कुणी पिल्लांना भरवू लागले.

गिरणी सुरू झाली होती. पहिल्या दळणाला कचकच येणारच होती. जो कुणी पहिलं दळण घेईल त्याला चार आणे सूट होती. विठ्ठलाने विठ्ठल विठ्ठल म्हटलं आणि बटण सुरू केलं. थोड्याच वेळात काळा विठ्ठल पांढराशुभ्र होऊ लागला.

मुल्ला दुकान बंद करून बारमध्ये गेला. आजची कमाई चांगली झालेली होती. भट्टीची धग दूरपर्यंत दिसत होती. कडसर वास वातावरणात भरून राहिला होता. मुल्लाची पावलं आपोआप तिकडे वळली.

दगडू शेतावरून घरी यायला निघाला होता. जराशी नारिंगी आज आपण रिचवावी असा विचार चालू होता.

सारजा दूध काढायला म्हणून गोठ्यात गेली. मायेने तिने जनावरांच्या डोक्यावरून हात फिरवला. त्यांना चारा घातला.

खळ्यात शांतता झालेली बघून त्याने अंग मोकळं केलं. वेटोळं सरळ केलं आणि तो सरकू लागला. धिमा, शांत, कसलीही घाई नव्हती त्याला. अंग अजून जरा जडच होतं. एक नागमोडी वळण घेऊन तो बाहेर आला.

शंकर गावाच्या वेशीपर्यंत चालत गेला. पुढे हणम्या त्याची वाट बघत रस्त्याच्या कडेला उभा होता. कुणी बघत नाही ना, असं बघून शंकर धावू लागला आणि हणम्याजवळ पोचला.

खळ्यात अचानक हल्ला झाला. कुणीतरी अजून आहे तिथे हे त्याला माहीत नव्हतं. नाहीतर तो गवतातून बाहेर आलाच नसता. इतका मोठा भुजंग बघून

लोक कल्ला करू लागले. काठ्या, गोणी, फावडं, दगड गोळा करू लागले. आता तो सावध झाला होता पूर्णपणे. चपळ झाला होता. सशाची भीती त्याला आत्ता समजली. आता तो ससा झाला. वाट मिळेल तसा सुसाट निघाला. त्याला आता भान राहिलं नाही. तो केव्हा खळ्यातून बाहेर पडला आणि रस्त्यावर आला, समजलं नाही. लोक आत्ताही मागोवा घेत आहेत हे त्याने जाणलं. आणि तो वळवळ करत जात राहिला... जात राहिला...

आता जरा कलकलाट कमी झाला होता. सूर्य क्षितिजापासून काही हातांवर होता. बगळ्यांची माळ सरसर जात होती. कुठे कुत्री भुंकत होती. पुजारी आता पुजेची आणि आरतीची तयारी करू लागला. तिथे पारावर आज सर्वांनी आरतीला जायचं हे निश्चित केलं.

हणम्याच्या फटफटीने काळा धूर सोडला आणि गचका घेत ती भरधाव निघाली.

तो आता वळवळत हमरस्त्यावर आला होता. माणसांचा कल्ला पुसट होत गेलेला त्याला जाणवला. तो आता जरा संथ झाला आणि तितक्यात एक घार सरसर करत खाली आली आणि क्षणात भुजंग तिच्या चोचीत गेला. लोंबकळू लागला. त्याला त्याचं भवितव्य समजलं. तो फडफडू लागला. झटू लागला. त्याची नजर खाली, जमिनीवर जाण्यासाठी आसुसली.

हणम्या फटफटी हाकत होता आणि शंकर त्याच्या मागे कुठल्या सिनेमाच्या गप्पा मारत होता. कोल्हापूरला जाऊन सिनेमा बघायचा हे त्यांनी नक्की केलं होतं. गाडी पळत होती आणि तितक्यात दाणकन शंकरच्या खांद्यावर काहीतरी आपटलं. त्याने काय आहे बघण्यासाठी मान तिरकी केली आणि मानेला झालेला दंश, तो कळवळला. त्याचा तोल गेला तशी हणम्याचा तोल गेला. गाडी फरपटत गेली. दोघं खाली पडले आणि शंकर तडफडू लागला.

भुजंग पुन्हा सळसळत जाऊ लागला आणि तितक्यात चेव आलेली घार झेपावत खाली आली आणि भुजंग पुन्हा एकदा तिच्या चोचीत बंदिस्त झाला. आता आपली सुटका नाही हे त्याला समजलं आणि हळूहळू तो शांत होत गेला. घार पार क्षितिजापलीकडे गेली.

सूर्य कलला.

हनुमानाच्या देवळात कधी नाही ती गर्दी झालेली होती. पुजारी आरती करू लागला आणि सारजा त्या आरतीत सामील होऊन आपल्या लेकरासाठी उदंड आयुष्य मागत राहिली.

◆